TẠP A-HÀM
TỔNG LỤC

GIÁO HỘI PHẬT GIÁO VIỆT NAM THỐNG NHẤT
HỘI ĐỒNG PHIÊN DỊCH TAM TẠNG LÂM THỜI

ĐẠI TẠNG KINH VIỆT NAM

TẠP A-HÀM
TỔNG LỤC

Biên Soạn: **TUỆ SỸ**

HỘI ĐỒNG HOẰNG PHÁP
PL 2565 – DL 2022

ĐẠI TẠNG KINH VIỆT NAM
TẠP A-HÀM, TỔNG LỤC
TUỆ SỸ *Biên Soạn*

Ban Báo Chí & Xuất Bản Hội Đồng Hoằng Pháp
Ấn hành lần thứ nhất, quý II/2022

Trách nhiệm xuất bản: Thích Hạnh Viên
Sửa bản in: Thích Nữ Thông Tánh, Thích Hạnh Viên
Trình bày: Nguyên Đạo, Quảng Hạnh Tuệ
Thiết kế bìa: Quảng Pháp, Nhuận Pháp

https://hoangphap.org

Copyright © 2022. All rights reserved - Bản quyền thuộc về
Hội Ấn Hành Đại Tạng Kinh Việt Nam | Vietnamese Tripitaka Foundation

MỤC LỤC

Giới thiệu công trình phiên dịch Đại Tạng Kinh Việt Nam vii
Duyên khởi xxvii
Phàm lệ xxxv
Bảng viết tắt 40
Lịch sử truyền dịch 43
Toát yếu nội dung các Tương ưng 63
Chỉnh lý khoa mục văn bản - Giải thuyết 89
Mục lục chỉnh lý 93
Chỉnh lý văn bản:
Mục lục đối chiếu I 101
Mục lục đối chiếu II 107
Thư mục đối chiếu Hán-Pāli:
Tạp A-hàm - *Saṃyuttanikāya* và Hán dịch đơn hành bản ... 111
Từ vựng Pāli-Việt-Hán 225

GIỚI THIỆU CÔNG TRÌNH PHIÊN DỊCH ĐẠI TẠNG KINH VIỆT NAM

*Yo vo, ānanda,
mayā dhammo ca vinayo ca desito paññatto,
so vo mamaccayena satthā.**

I. SƠ LƯỢC QUÁ TRÌNH PHIÊN DỊCH

Trước khi nhập Niết-bàn, đức Phật có di giáo tối hậu cho các chúng đệ tử: "Pháp và Luật mà Ta đã thuyết và quy định, là Đạo Sư của các ngươi sau khi Ta diệt độ." Phụng hành di giáo của đức Thế Tôn, các vị Trưởng lão A-la-hán đã thực hiện cuộc kiết tập lần thứ nhất tại thành Vương Xá, cùng hòa hiệp phúng tụng tất cả những điều đã được Phật giảng dạy trong suốt bốn mươi lăm năm giáo hóa; nền tảng của văn hiến Phật giáo mà về sau được gọi là Tam tạng được thành lập từ đó.

---

* Này *Ānanda*! Pháp và Luật mà Ta đã thuyết và qui định, là Đạo Sư của các ngươi sau khi Ta diệt độ.

Kể từ đó, giáo pháp của đức Thích Tôn theo bước chân du hóa của các Thánh đệ tử lan tỏa khắp bốn phương. Nơi nào Giáo pháp được truyền đến, nơi đó bốn chúng đệ tử học tập và hành trì theo phương ngôn của bản địa, như điều đã được đức Phật chỉ giáo: *anujānāmi, bhikkhave, sakāya niruttiyā buddhavacanaṃpariyāpuṇitun"ti.* "Này các tỳ-kheo, Ta cho phép các ngươi học Phật ngôn bằng chính phương ngữ của mình." Y cứ theo lời dạy này, ngay từ khởi thủy Phật ngôn đã được chuyển thể qua nhiều phương ngữ khác nhau. Khi các bộ phái Phật giáo phát triển, mỗi bộ phái cố gắng thành lập Tam tạng Thánh điển theo phương ngữ của địa phương được xem là căn cứ địa. Khi mà hệ thống văn tự tại cổ Ấn Độ chưa phổ biến, sự lưu truyền Thánh điển bằng khẩu truyền là phương tiện chính. Do khẩu truyền, những biến âm do khẩu âm của từng địa phương khác nhau thỉnh thoảng cũng ảnh hưởng đến một vài thay đổi nhỏ trong các văn bản. Những biến thiên âm vận ấy trong nhiều trường hợp dẫn đến những giải thích khác nhau về một điểm giáo nghĩa giữa các bộ phái. Tuy nhiên, nhìn từ đại thể, các giáo nghĩa trọng yếu vẫn được hiểu và hành trì như nhau giữa tất các các truyền thống, nam phương cũng như bắc phương. Điều có thể được khẳng định qua các công trình nghiên cứu tỉ giảo về văn bản trong hai nguồn văn hệ Phật giáo hiện tại: Pali và Hán tạng. Các bản Hán dịch xuất xứ từ A-hàm, và các bản văn Pali hiện đọc được, đại bộ phận đều tương ưng với nhau. Do đó, những điều được cho là dị biệt giữa hai truyền thống nam và bắc phương, mà thường hiểu lệch lạc là Tiểu thừa và Đại thừa, chỉ là sự khác biệt bởi môi trường lịch sử văn minh theo các địa phương và dân tộc. Đó là sự khác biệt giữa nguyên thủy và phát triển. Phật pháp truyền sang phương nam, đến các nước Nam Á, nơi đó sự phát triển văn minh và các định chế xã hội chưa đến mức phức tạp, nên giáo pháp của Phật được hiểu và hành gần với nguyên thủy. Về phương bắc, tại các vùng đông bắc Ấn, và tây bắc Trung Quốc, nhiều chủng tộc dị biệt, nhiều nền văn hóa khác nhau, và do đó cũng xuất hiện nhiều định chế xã hội khác nhau. Phật pháp được truyền vào đó, một thời đã trở thành quốc giáo của nhiều nước. Thích ứng theo sự phát triển của đất nước ấy, từ ngôn ngữ, phong tục, định chế xã hội, giáo pháp của đức Phật cũng dần dần được bản địa hóa.

Thánh điển Tam tạng là nguồn suối cho tất cả nhận thức về Phật pháp, để học tập và hành trì, cũng như để nghiên cứu. Kinh tạng và Luật tạng là tập đại thành Pháp và Luật do chính đức Phật giảng dạy và quy định, là sở y cho tri thức và hành trì của Thánh đệ tử để tiến tới thành tựu cứu cánh Minh và Hành. Kinh và Luật cũng bao gồm những diễn giải của các Thánh đệ tử được thân truyền từ kim khẩu của đức Phật. Luận tạng, theo truyền thống Thượng tọa bộ nam phương, và cũng theo truyền thống Hữu bộ, do chính đức Phật thuyết. Nhưng các đại luận sư như Thế Thân (*Vasubandhu*), cũng như hầu hết các nhà nghiên cứu Phật học trên thế giới hiện đại, đều không công nhận truyền thuyết này, mà cho rằng đó là tập đại thành các công trình phân tích, quảng diễn, và hệ thống hóa những điều đã được Phật thuyết trong Pháp và Luật. Kinh và Luật tạng được thành lập trong một khoảng thời gian nhất định, trực tiếp hoặc gián tiếp từ kim khẩu của Phật, và là sở y chung cho tất cả các bộ phái Phật giáo, bao gồm cả Phật giáo Đại thừa, mặc dù có những sai biệt do vấn đề truyền khẩu với các khẩu âm và phương ngữ khác nhau, theo thời gian và địa vức.

Luận tạng là bộ phận Thánh điển phản ánh lịch sử phát triển của Phật giáo, bao gồm các phương diện tín ngưỡng tôn giáo, tư duy triết học, nghiên cứu khoa học, định chế và tổ chức xã hội chính trị. Tổng quát mà nói, đó không chỉ là phản ánh lịch sử phát triển của nội bộ Phật giáo, mà trong đó cũng phản ánh toàn bộ văn minh tại những nơi mà giáo lý của đức Phật được truyền đến. Điều này cũng được chứng minh cụ thể bởi lịch sử Việt Nam.

Mỗi bộ phái Phật giáo tự xây dựng cho mình một nền văn hiến Luận tạng riêng biệt, tập hợp các luận giải giáo nghĩa, bảo vệ kiến giải Phật pháp của mình, bài trừ các quan điểm dị học. Đây là nền văn hiến đồ sộ, liên tục phát triển trên nhiều khu vực địa lý khác nhau. Cho đến khi Hồi giáo bành trướng tại Ấn Độ, Phật giáo bị đào thải. Một bộ phận văn hiến Phật giáo được chuyển sang Tây Tạng, qua các bản dịch Phạn Tạng, và một số lớn nguyên bản Phạn văn được bảo trì. Một bộ phận khác, lớn nhất, gần như hoàn chỉnh nhất, văn hiến Phật giáo được chuyển dịch sang Hán tạng, bao gồm hầu hết mọi xu hướng tư tưởng dị biệt của Phật giáo phát triển trong lịch sử Ấn Độ, từ Nguyên thủy, Bộ phái, Đại thừa, cho đến Mật giáo.

Truyền thuyết ghi rằng Phật giáo được truyền vào Trung Hoa dưới đời Hán Minh Đế, niên hiệu Vĩnh bình thứ 10 (Tl. 65), và bản kinh Phật đầu tiên được dịch sang Hán văn là Kinh Tứ thập nhị chương, do Ca-diếp Ma-đằng và Trúc Pháp Lan. Nhưng truyền thuyết này không được nhất trí hoàn toàn giữa các nhà nghiên cứu lịch sử Phật giáo Trung Quốc. Điều chắc chắn là Khương Tăng Hội, quê quán Việt Nam, xuất phát từ Giao Chỉ (Việt Nam), đã đưa Phật giáo vào Giang Tả, miền Nam Trung Hoa. Các công trình phiên dịch và chú giải của Khương Tăng Hội đã chứng tỏ rằng trước đó, tức từ năm thứ 247 kỷ nguyên Tây lịch, thời gian được nói là Tăng Hội vào đất Kiến nghiệp, quy y cho Tôn Quyền, Phật giáo đã phát triển đến một hình thái nhất định tại Việt Nam, cùng một số kinh Phật được phiên dịch. Điều này cũng được củng cố thêm bởi những điều được ghi chép trong Mâu Tử Lý Hoặc Luận. Có lẽ do hậu quả của thời kỳ Bắc thuộc, hầu hết những điều được tìm thấy trong hành trạng của Khương Tăng Hội và trong ghi chép của Mâu Tử đều bị xóa sạch. Chỉ tồn tại những gì được ghi nhận là truyền từ Trung Quốc.

Dịch giả Phạn Hán đầu tiên tại Trung Quốc được khẳng định là An Thế Cao (đến Trung Quốc trong khoảng Tl. 147 – 167). Tất nhiên trước đó hẳn cũng có các dịch giả khác mà tên tuổi không được ghi nhận. Lương Tăng Hựu căn cứ trên bản Kinh lục xưa nhất của Đạo An (Tl. 312 - 385) ghi nhận có chừng 134 kinh không rõ dịch giả; và do đó cũng không xác định trước hay sau An Thế Cao.

Sự nghiệp phiên dịch Phật kinh Phạn Hán liên tục từ An Thế Cao, cho đến các đời Minh, Thanh được tập thành trong 32 tập của Đại Chánh, bao gồm Thánh điển Nguyên thủy, Bộ phái, Đại thừa, Mật giáo, 1692 bộ. Những trước tác của Trung Hoa, từ sớ giải, luận giải, cho đến sử truyện, du ký, v.v., tập thành từ tập 33 đến 55 trong Đại Chánh, gồm 1492 tác phẩm. Số tác phẩm được ấn hành trong Tục tạng chữ Vạn còn nhiều hơn thế nữa. Đây là hai bản Hán tạng tương đối đầy đủ nhất, trong đó tạng Đại Chánh được sử dụng rộng rãi trên quy mô thế giới.

Sự nghiệp phiên dịch Kinh điển ở nước ta được bắt đầu rất sớm, có thể trước cả thời Khương Tăng Hội, mà dấu vết có thể tìm thấy trong *Lục độ tập kinh*. Ngôn ngữ phiên dịch của Khương Tăng Hội là Hán văn. Hiện chưa có phát hiện nào về các bản dịch Kinh Phật bằng tiếng quốc âm. Suốt trong thời kỳ Bắc thuộc, do nhu cầu tinh thông Hán văn như là sách lược cấp thời để đối phó sự đồng hóa của phương bắc, Hán văn trở thành ngôn ngữ thống trị. Vì vậy công trình phiên dịch Kinh điển thành quốc âm không thể thực hiện. Bởi vì, công trình phiên dịch Tam tạng tại Trung Hoa thành tựu đồ sộ được thấy ngay, chủ yếu do sự bảo trợ của triều đình. Quốc âm chỉ được dùng như là phương tiện hoằng pháp trong nhân gian.

Cho đến thời Pháp thuộc, trước tình trạng vong quốc và sự đe dọa bởi văn hóa xâm lược, văn hóa dân tộc có nguy cơ mất gốc, cho nên sơn môn phát động phong trào chấn hưng Phật giáo, phổ biến kinh điển bằng tiếng quốc ngữ qua ký tự La-tinh. Từ đó, lần lượt các Kinh điển quan trọng từ Hán tạng được phiên dịch theo nhu cầu học và tu của Tăng già và Phật tử tại gia. Phần lớn các Kinh điển này đều thuộc Đại thừa, chỉ một số rất ít được trích dịch từ các A-hàm. Dù Đại thừa hay A-hàm, các Kinh Luận được phiên dịch đều không theo một hệ thống nào cả. Do đó sự nghiên cứu Phật học Việt Nam vẫn chưa có cơ sở chắc chắn. Mặt khác, do ảnh hưởng ngữ pháp Phạn, các bản dịch Hán hàm chứa một số vấn đề ngữ pháp Phạn Hán khiến cho ngay cả các nhà chú giải Kinh điển lớn như Cát Tạng, Trí Khải cũng phạm phải rất nhiều sai lầm. Chính Ngạn Tông, người tổ chức dịch trường theo lệnh của Tùy Dạng đế đã nêu lên một số sai lầm này. Cho đến Huyền Trang, vì phát hiện nhiều sai lầm trong các bản Hán dịch nên quyết tâm nhập Trúc cầu pháp, bất chấp lệnh cấm của triều đình và các nguy hiểm trên lộ trình.

Ngày nay, do sự phát hiện nhiều bản Kinh Luận quan trọng bằng tiếng Sanskrit, cũng như sự phổ biến ngôn ngữ Tây Tạng, mà phần lớn Kinh điển Sanskrit được phiên dịch, nên nhiều công trình chỉnh lý được thực hiện cho các bản dịch Phạn Hán. Thêm vào đó, do sự phổ biến ngôn ngữ Pali, vốn được xem là ngôn ngữ Thánh điển gần với nguyên thuyết nhất, một số sai lầm trong các bản dịch A-hàm cũng được chỉnh lý, và tỉ giáo, khiến cho lời dạy của Đức Thích Tôn được thọ trì một cách trong sáng hơn.

Trên đây là những nhận thức cơ bản để Ban phiên dịch Đại Tạng Kinh Việt Nam y theo đó mà thực hiện các bản dịch. Trước hết, là bản dịch các kinh A-hàm đang được giới thiệu ở đây. Các kinh thuộc bộ A-hàm được dịch sang Hán rất sớm, kể từ thời Hậu Hán với An Thế Cao. Nhưng phần lớn các truyền bản này đều phát xuất từ Tây vực, từ các nước Phật giáo thịnh hành thời đó như Quy-tư, Vuđiền. Do khẩu âm và phương ngữ nên trong các truyền bản được nói là Phạn văn đã hàm chứa khá nhiều sai lạc. Điều này có thể thấy rõ qua sự so sánh các đoạn tương đương Pali, hay các dẫn chứng trong Đại Tì-bà-sa, Du-già sư địa. Thêm vào đó, các dịch giả hầu hết đều học Phật và học tiếng Sanskrit tại các nước Tây Vực chứ không trực tiếp tại Ấn Độ như La-thập và Huyền Trang, nên trình độ ngôn ngữ Phạn có hạn chế. Các vị ấy khi vừa đặt chân lên Trung Hoa, do khát vọng thâm thiết của các Phật tử Trung Hoa, muốn có thêm kinh Phật để học và tu, cho nên trong khi chưa tinh thông tiếng Hán, mà công trình phiên dịch lại được thôi thúc cần thực hiện. Vì không tinh thông Hán ngữ nên công tác phiên dịch luôn luôn qua trung gian một người chuyển ngữ. Quá trình phiên dịch đi qua nhiều giai đoạn mà chính người chủ dịch không thể quán triệt, cho nên trong các bản dịch hàm chứa những đoạn văn rất tối nghĩa, và nhiều khi nhầm lẫn. Trong tình hình như vậy, một bản dịch Việt từ Hán đòi hỏi rất nhiều tham khảo để hy vọng tiếp cận với nguyên bản Sanskrit đã thất lạc, và cũng từ đó mà hy vọng có thể tiếp cận với lời Phật dạy hơn, điều mà các bản Hán dịch do trở ngại ngôn ngữ đã không thể thực hiện được.

Đại Tạng Kinh Việt Nam chủ yếu căn cứ trên Đại Chánh Đại Tạng Kinh, Nhật Bản, gồm 100 tập, được biên tập khởi đầu từ niên hiệu Đại Chánh (Taisho) thứ 11, Tl. 1922, cho đến niên hiệu Chiêu Hòa (Showa) thứ 9, Tl. 1934, tập hợp trên 100 nhà nghiên cứu Phật học hàng đầu của Nhật Bản, dưới sự chủ trì của Cao Nam Thuận Thứ Lang (Takakusu Junjiro) và Độ Biên Hải Húc (Watanabe Kaigyoku). Để bản sử dụng là bản in của chùa Hải Ấn, Triều Tiên, được gọi là bản Cao-lệ. Công trình chỉnh lý văn bản căn cứ các khắc bản Tống, Nguyên, Minh, cùng một số khắc bản và thủ bản tại Hoa và Nhật khác như tả bản Thiên Bình, bản Liêu của Cung nội sảnh, bản chùa Đại Đức, bản chùa Vạn Đức, v.v. Một số bản văn được phát hiện tại các vùng trong Tây Vực như Vu Điền, Đôn Hoàng, Quy Tư, Cao Xương, cũng được dùng làm tham khảo. Nhiều đoạn văn từ Pali và Sanskrit cũng được dẫn dưới cước chú để đối chiếu đoạn Hán dịch mà người biên tập nghi ngờ là không chính xác hoặc thuộc về dị bản nào đó.

Nội dung Đại tạng Đại Chánh được phân làm ba phần chính: phần thứ nhất, gồm 32 tập, là các bản dịch Phạn Hán bao gồm Kinh, Luật, Luận, được thuyết bởi chính kim khẩu của Phật, hay được kiết tập bởi các Thánh đệ tử, hoặc được trước tác bởi các Luận sư. Phần thứ hai, từ Đại Chánh tập 33 đến tập 55, trước tác của Trung Hoa, bao gồm các sớ giải Kinh, Luật, Luận, và luận thuyết riêng biệt của các tông phái Phật giáo Trung Hoa, các sử truyện, truyện ký, du ký, truyền kỳ; các bản Hán dịch thuộc ngoại giáo như Thắng luận, Số luận, Ba tư giáo, Thiên chúa giáo, các tập ngữ vựng Phạn Hán, giáo khoa Phạn Hán, các Kinh lục. Phần thứ ba, từ tập 56 đến 85, tập họp các trước tác của Nhật Bản, gồm các sớ giải Kinh, Luật, Luận, phần lớn căn cứ trên các bản sớ giải Trung Hoa mà giải nghĩa rộng thêm, và các luận thuyết của các tông phái tại Nhật Bản. Còn lại 12 tập sưu tập các đồ tượng, tranh ảnh, phần lớn là các đồ hình mạn-đà-la của Mật tông. 3 tập cuối, tổng mục lục, liệt kê nội dung các bản Đại tạng lưu hành.

Ban phiên dịch Đại Tạng Kinh Việt Nam chọn Đại Chánh tạng làm để bản, phiên dịch tất cả tác phẩm được ấn hành trong đó. Phàm lệ để thực hiện bản dịch tạm thời được quy định như sau:

1. Đại Tạng Kinh Việt Nam bao gồm tất cả các bản dịch tiếng Việt của Tam Tạng Kinh Điển Phật giáo đã xuất hiện ở nước ta từ trước đến nay, qua các thời kỳ với nhiều dịch giả khác nhau, để cho thấy quá trình hình thành Đại Tạng Kinh Việt Nam qua lịch sử.

2. Về bản đáy, bản dịch Việt căn cứ trên ấn bản Đại Chánh Tân Tu Đại Tạng Kinh 100 tập, mỗi tập trên dưới 1000 trang chữ Hán cỡ 10pt và sẽ được đánh số theo thứ tự của số ghi trong bản in Đại Chánh. Mỗi trang của bản in Đại chính được chia làm ba cột: a, b, c. Số trang và cột này đều được ghi trong bản dịch để tiện tham khảo.

3. Vì thế, một bản kinh chữ Hán có thể có nhiều bản dịch tiếng Việt, nên sau số thứ tự của Đại Chánh, sẽ đánh thêm các mẫu tự A, B, C... để phân biệt các bản dịch tiếng Việt khác nhau của cùng một bản kinh chữ Hán đó.

4. Về xử lý văn bản trong khi phiên dịch, phần lớn căn cứ công trình hiệu đính và đối chiếu của bản Đại Chánh. Ngoài ra, tham khảo thêm các công trình hiệu đính và đối chiếu khác.

5. Giữa các ấn bản có những điểm khác nhau, bản Việt sẽ lựa chọn hoặc hiệu đính theo nhận thức của người dịch.

6. Trong bản Hán, nếu chỗ nào xét thấy văn dịch hay từ ngữ không phù hợp với giáo nghĩa truyền thống phổ biến,

người dịch sẽ tham khảo các Kinh, Luật, Luận cần thiết để hiệu chính. Những hiệu chính này được giải thích ở phần cước chú.

7. Bản Hán dịch thực hiện căn cứ phần lớn trên sự truyền khẩu. Do đó những từ phát âm tương tự dễ đưa đến ngộ nhận, như *sam* Pāli hay *sama* và *samyak*; *cala* và *jala*; *muti* và *muṭṭhi*, v.v... Trong những trường hợp này, người dịch sẽ tham chiếu các kinh tương đương, các bản Hán biệt dịch, suy đoán tự dạng nguyên thủy có thể có trong Phạn bản để hiệu chính. Những hiệu chính này đều được ghi ở phần cước chú.

8. Do các truyền bản khác nhau giữa các bộ phái, để có nhận thức về giáo nghĩa nguyên thủy, chung cho tất cả, cần có những nghiên cứu đối chiếu sâu rộng. Công việc này ngoài khả năng hiện tại của các dịch giả. Tuy nhiên, trong trường hợp có thể, những điểm dị biệt giữa các truyền bản sẽ được ghi nhận và đối chiếu. Những ghi nhận này được nêu ở phần cước chú.

9. Bản Hán dịch được phân thành số quyển. Bản dịch Việt không chia số quyển như vậy, nhưng sẽ ghi ở phần cước chú mỗi khi bắt đầu một quyển khác.

10. Các từ Phật học trong một số bản Hán dịch nếu không phổ biến, do đó có thể gây khó khăn cho việc đọc và nghiên cứu, trong các trường hợp như vậy, tuy vẫn giữ nguyên dịch ngữ của bản Hán, nhưng dịch ngữ tương đương thông dụng hơn sẽ được ghi trong phần cước chú. Trong trường hợp có thể, sẽ ghi luôn dịch giả của những

dịch ngữ này và xuất xứ của chúng từ bản dịch nào để tiện việc tham khảo.

11. Các kinh sách tham khảo trong cước chú đều được viết tắt theo quy định phổ thông của giới nghiên cứu quốc tế; xem quy định về viết tắt ở cuối mỗi tập của Đại tạng kinh Việt Nam.

II. PHƯƠNG ÁN THỰC HIỆN

Dự án thực hiện bao gồm các công trình phiên dịch, biên tập, và ấn hành, một Hội Đồng phiên dịch Đại Tạng Kinh Việt Nam được thành lập, được điều phối bởi Tổng biên tập, với các nhiệm vụ được phân phối như sau:

1. Ủy ban Phiên dịch. Để hoàn tất một bản dịch, các công tác sau đây cần được thực hiện:

a. Phiên dịch trực tiếp: Các văn bản lần lượt được phân phối đến các vị có trình độ Hán văn tương đối, kiến thức Phật học cơ bản, và khả năng ngôn ngữ cần thiết, phiên dịch trực tiếp từ Hán sang Việt.

b. Hiệu đính và chú thích: nhiệm vụ chủ yếu của phần hiệu chính là đọc lại bản dịch thô và bổ túc những sai lầm có thể có trong bản dịch. Trong thực tế, người hiệu đính còn phải làm nhiều hơn thế nữa.

Trước hết là phần chỉnh lý văn bản. Phần này đáng lý phải thực hiện trước khi phiên dịch. Việc chỉnh lý văn bản thoạt tiên có vẻ đơn giản, vì người dịch chỉ lưu ý một số nhầm lẫn trong việc khắc bản của để bản. Những điểm khác nhau giữa các bản khắc hầu hết được ghi ở cước chú trong ấn bản Đại Chánh, người dịch chỉ cần hiểu rõ nội dung đoạn dịch thì có thể lựa chọn những từ thích hợp trong cước chú. Tuy nhiên, do hạn chế về trình độ Phật pháp và khả năng tham khảo nên đa số người dịch không chọn được từ chính xác. Mặt khác, ngay cả các từ trong cước chú không phải hoàn toàn chính xác. Ngay cả Đại sư Ấn Thuận cũng phạm phải một số sai lầm khi chọn từ, vì không tìm ra các đoạn Pali hoặc Sanskrit tương đương nên phải dựa trên ức đoán. Những ức đoán phần nhiều là sai. Mặt khác, nhiều sai lầm không phải do tả bản hay khắc bản, mà do chính từ truyền bản. Bởi vì, kinh điển từ Ấn Độ truyền sang hầu hết đều do khẩu truyền. Những biến đổi trong khẩu âm, phát âm, khiến nhầm lẫn từ này với từ khác, làm cho ý nghĩa nguyên thủy của giáo lý sai lạc. Người dịch từ Hán văn mà không có trình độ Phạn văn nhất định thì không thể phát hiện những sai lầm này. Điều đáng lưu ý những sai lầm này xuất hiện rất nhiều và rất thường xuyên trong nhiều bản dịch Phạn Hán.

Phần hiệu đính tập trung trên cú pháp Phạn mà ảnh hưởng của nó trong các bản dịch khiến cho nhiều khi ngay cả những vị tinh thông Hán, ngay cả các nhà chú giải kinh điển nổi tiếng cũng phải nhầm lẫn. Để hiểu rõ nội dung bản dịch Hán, cần thiết phải tìm lại nguyên bản Phạn để đối chiếu. Đại sư Cát Tạng đã vấp phải sai lầm khi không có cơ sở để phân tích mệnh đề Hán dịch là năng động hay thụ động, do đó đã nhầm lẫn người giết với kẻ bị giết. Đó là một đoạn văn trong *Thắng man* mà nguyên bản Phạn của kinh này đã thất lạc, nhưng đoạn văn tương đương lại được tìm thấy trong trích dẫn của *Sikṣasamuccaya* của *Sāntideva*. Nếu không tìm thấy đoạn Sanskrit được trích dẫn này thì không ai có thể biết rằng Cát Tạng đã nhầm lẫn.

Rất nhiều kinh điển trong nguyên bản Phạn đã bị thất lạc. Ngay cả những tác phẩm quan trọng như Đại Tì-bà-sa chỉ tồn tại trong bản dịch của Huyền Trang. Nhiều đoạn được trích dẫn trong bản dịch *Câu-xá*, mà Phạn văn đã được phát hiện, cũng giúp người đọc Đại Tì-bà-sa có manh mối để đi sâu vào nội dung. Đọc một bản văn mà không nắm vững nội dung của nó, nghĩa là chính dịch giả cũng không hiểu, hoặc hiểu sai, sao có thể hy vọng người đọc hiểu được đoạn văn phiên dịch? Do đó, công tác hiệu đính không đơn giản chỉ bổ túc những khuyết điểm trong bản dịch về lối hành văn, mà đòi hỏi công phu tham khảo rất nhiều để nắm vững nội dung nguyên tác trong một giới hạn khả dĩ.

Đại Tạng Kinh Việt Nam là bản dịch Việt từ Hán tạng, do đó không thể tự tiện thay đổi nội dung dù phát hiện những sai lầm trong bản Hán. Những sai lầm mang tính lịch sử, do đó không được phép loại bỏ tùy tiện. Tuy vậy, bản dịch Việt cũng không thể bỏ qua những nhầm lẫn được phát hiện. Những phát hiện sai lầm cần được nêu lên, và những hiệu đính cũng cần được đề nghị. Những điểm này được ghi ở phần cước chú để cho bản Việt vẫn còn gần với bản Hán dịch.

Trên đây là một số điều kiện tất yếu để thực hiện một bản dịch tương đối khả dĩ chấp nhận. Trong tình hình hiện tại, chúng ta chỉ có rất ít vị có thể hội đủ điều kiện yêu cầu như trên. Do đó, dự án thực hiện hướng đến chương trình đào tạo, không đơn giản chỉ là đào tạo chuyên gia dịch thuật, mà là bồi dưỡng những vị có trình độ Phật học cao với khả năng đọc và hiểu các ngôn ngữ chuyển tải Thánh điển, chủ yếu các thứ tiếng Pali, Sanskrit, Tây Tạng và Hán. Trong tình hình nghiên cứu Phật học hiện tại trên thế giới, người muốn nghiên cứu Phật học mà không biết đến các ngôn ngữ này thì khó có thể nắm vững giáo nghĩa căn bản. Và đây cũng là điều mà Ngạn Tông đã nêu rõ trong các điều kiện tham gia dịch thuật trong viện phiên dịch bảo trợ bởi Tùy Dạng Đế, mặc dù Ngạn Tông chỉ yêu cầu hiểu biết Phạn văn nhưng đồng thời cũng yêu cầu kiến thức uyên bác, không chỉ tinh thông Phật điển mà còn cả thư tịch ngoại giáo.

Chi tiết chương trình đào tạo cần được trình bày trong một dịp khác.

2. Ủy ban Ấn hành. Công tác ấn hành gồm các phần:

a. Sửa lỗi chính tả của các bản dịch. Hiện tại lỗi chính tả trong các bản dịch do các Thầy, Cô, và Phật tử tự nguyện chỉnh sửa. Nhưng chỉ là công tác nghiệp dư, do không chuyên trách, và do đó cũng thiếu kinh nghiệm trong việc phát hiện lỗi, nên các bản in phổ biến tồn tại khá nhiều lỗi chính tả.

b. Trình bày bản in. Công tác này tùy thuộc điều kiện kỹ thuật vi tính. Sơ khởi, ban ấn hành chưa đủ điều kiện để có những vị thành thạo sử dụng kỹ thuật vi tính trong việc trình bày văn bản. Công việc này hiện tại do các Thầy, Cô phụ trách, với trình độ kỹ thuật do tự học, và tự phát. Vì vậy, trong nhiều trường hợp không khắc phục được lỗi kỹ thuật nên hình thức trình bày của bản văn chưa được hoàn hảo như mong đợi.

Sự nghiệp phiên dịch được định khoảng 15 năm, hoặc có thể lâu hơn nữa. Hình thức Đại Tạng Kinh do đó không thể được thiết kế một lần hoàn hảo. Trong diễn tiến như vậy, tất nhiên trình độ kỹ thuật được cải tiến theo thời gian, khiến cho hình thức trình bày cũng cần thay đổi cho phù hợp với thời đại. Hậu quả sẽ khó tránh khỏi là sự không đồng bộ giữa các tập Đại Tạng Kinh ấn hành trước và sau.

c. Ấn loát. Sau khi hình thức trình bày được chấp nhận, bản dịch được đưa đi nhà in. Trách nhiệm ấn loát được giao cho nhà in với các khoản được ghi thành hợp đồng. Vấn đề ấn loát như vậy tương đối ổn định. Tuy nhiên, cũng cần có người chuyên trách để theo dõi quá trình ấn loát, hầu tránh những sai sót kỹ thuật có thể có do nhà in.

d. Phát hành, phổ biến và vận động. Một nhiệm vụ không kém quan trọng là phát hành và phổ biến Đại Tạng Kinh. Công việc này đáng lý do một ban phát hành chuyên trách. Nhưng trong điều kiện nhân sự hiện tại, một Ban như vậy chưa thể thành lập, do đó ban ấn hành kiêm nhiệm. Thêm nữa, công trình phiên dịch là sự nghiệp chung của toàn thể Phật tử Việt Nam, không phân biệt Giáo hội, hệ phái, do đó cần có sự tham gia và cống hiến của chư Tăng Ni, Phật tử, bằng hằng sản và hằng tâm, bằng tâm nguyện cá nhân hay tập thể dưới các hình thức hỗ trợ và bảo trợ bằng vật chất hoặc tinh thần, cống hiến bằng tất cả khả năng vật chất và trí tuệ. Công việc vận động này để cho được hữu hiệu với sự tham gia tích cực của nhiều chúng đệ tử cũng cần được chuyên trách bởi một ban vận động. Trong điều kiện nhân sự hiện tại, ban ấn hành kiêm nhiệm.

HẬU TỪ

Trải qua trên dưới 2 nghìn năm du nhập, những giáo nghĩa căn bản mà đức Phật đã giảng được học và hành tại Việt Nam, đã đem lại nhiều an lạc cho nhiều cá nhân và xã hội, đã góp phần xây dựng tình cảm và tư duy của các cộng đồng cư dân trên đất nước Việt. Thế nhưng, sự nghiệp phiên dịch cũng như ấn hành để phổ biến Thánh điển, làm nền tảng sở y cho sự học và hành, chưa được thực hiện trên quy mô rộng lớn toàn quốc.

Sự nghiệp phiên dịch tại Trung Quốc trải qua gần hai nghìn năm, với thành tựu vĩ đại, tập đại thành và bảo tồn kho tàng Thánh điển thoát qua nhiều trận hủy diệt do những đức tin mù quáng, quảng tín. Sự nghiệp ấy đại bộ phận do các quốc vương Phật tử tích cực bảo trợ, đã là sự nghiệp chung của toàn thể nhân dân theo từng giai đoạn đặc biệt của lịch sử. Việt Nam tuy cũng có các minh quân Phật tử, nhưng do tác động bởi các yếu tố chính trị xã hội nên chưa từng được tổ chức quy mô dưới sự bảo trợ của triều đình. Chỉ do yêu cầu thực tế học và hành mà một số kinh điển được phiên dịch, nhưng chưa đủ để lập thành nền tảng tương đối hoàn bị cho sự nghiên cứu sâu giáo nghĩa.

Gần đây, vào năm 1973, một Hội đồng phiên dịch Tam tạng lần đầu tiên trong lịch sử được thành lập. Chủ tịch: Thượng tọa Thích Trí Tịnh, Tổng thư ký: Thượng tọa Thích Quảng Độ, với các thành viên quy tụ tất cả các Thượng tọa và Đại đức đã có công trình phiên dịch và có uy tín trên phương diện nghiên cứu Phật học, dưới sự chỉ đạo của Viện Tăng Thống, Giáo hội Phật giáo Việt Nam Thống nhất. Chương trình phiên dịch được soạn thảo trên quy mô rộng lớn, nhưng do bởi hoàn cảnh chiến tranh cho nên chỉ mới thực hiện được một phần nhỏ. Một phần của thành quả này về sau được ấn hành năm 1993 bởi Viện Nghiên cứu Phật học Việt Nam, trực thuộc Giáo hội Phật giáo Việt Nam, dưới danh hiệu "Đại Tạng Kinh Việt Nam." Thành quả này là các Kinh thuộc bộ A-hàm được phân công bởi Hội đồng Phiên dịch Tam tạng, trong đó, *Trường A-hàm* và *Tạp A-hàm* do TT Thiện Siêu, TT Trí Thành và ĐĐ Tuệ Sỹ thuộc Viện Cao đẳng Phật học Hải đức Nha trang; *Trung A-hàm* và *Tăng nhất A-hàm* do TT Thanh Từ, TT Bửu Huệ, TT Thiền Tâm thuộc Viện Cao đẳng Phật học Huệ Nghiêm Saigon.

Ngoài ra, một phần phân công khác cũng đã được hoàn thành như:

TT Trí Nghiêm: Đại Bát Nhã (Huyền Trang dịch, 600 cuốn) thuộc bộ Bát-nhã. TT Trí Tịnh: Kinh *Ma-ha Bát-nhã-ba-la-mật* (Đại phẩm) thuộc bộ Bát-nhã; Kinh *Diệu pháp Liên hoa* (La-thập dịch), thuộc bộ Pháp hoa; Kinh Đại phương Quảng Phật Hoa nghiêm (bản Bát thập) thuộc bộ Hoa nghiêm, và toàn bộ Đại bảo tích.

Các bản dịch này cũng đã được ấn hành nhưng do bởi đệ tử của các Ngài chứ chưa đưa vào Đại Tạng Kinh Việt Nam.

Những vị được phân công khác chưa thấy có thành quả được công bố.

Mặc dù với nỗ lực to lớn, nhưng do hoàn cảnh nhiễu nhương của đất nước nên thành tựu rất khiêm nhượng. Thêm nữa, các thành tựu này cũng chưa hội đủ điều kiện và thời gian thuận tiện được hiệu đính và biên tập theo tiêu chuẩn nghiên cứu và phiên dịch Phật điển trong trình độ nghiên cứu Phật giáo hiện đại của thế giới, do đó cũng chưa thể được dự phần trong sự nghiệp phiên dịch và nghiên cứu Phật học trên quy mô quốc tế, như cống hiến của Phật giáo Việt Nam cho cộng đồng nhân loại trong sự nghiệp hoằng dương Chánh pháp chung của toàn thế Phật tử thế giới vì lợi ích và an lạc của hết thảy mọi loài chúng sanh.

Sự nghiệp như vậy không thể là cống hiến cá biệt của một cá nhân hay tập thể, của một Giáo hội hay hệ phái, mà là sự nghiệp chung của toàn thể Tăng tín đồ Phật giáo Việt Nam, không chỉ một thế hệ, mà liên tục trong nhiều thế hệ, cùng tồn tại và tiến bộ theo đà thăng tiến của xã hội và nhân loại. Trên hết là báo đáp ân đức của Phật Tổ, đã vì an lạc của chúng sanh mà trải qua vô vàn khổ hành, qua vô số a-tăng-kỳ kiếp. Thứ đến, kế thừa sự nghiệp hoằng pháp lợi sanh của Thầy Tổ để cho ngọn đèn Chánh pháp luôn luôn được thắp sáng trong thế gian.

Vì vậy, chúng tôi khẩn thiết, trên nương nhờ uy thần nhiếp thọ của Chư Phật và Thánh Tăng, cùng với sự tán trợ của chư vị Trưởng lão hiện tiền trong hàng Tăng bảo, kêu gọi sự hỗ trợ cống hiến bằng tất cả tâm nguyện và trí lực, bằng tất cả hằng sản và hằng tâm, của bốn chúng đệ tử Phật, cho sự nghiệp hoằng pháp đệ nhất tối thắng này được tiến hành vững chắc và liên tục từ thế hệ này cho đến nhiều thế hệ tiếp theo, duy trì ngọn đèn Chánh pháp tồn tại lâu dài trong thế gian vì lợi ích và an lạc của hết thảy chúng sanh.

Mùa Phật đản Pl. 2552 – Mậu Tý 2008
Trí Siêu – Tuệ Sỹ
cẩn bạch

GIÁO HỘI PHẬT GIÁO VIỆT NAM THỐNG NHẤT
HỘI ĐỒNG PHIÊN DỊCH TAM TẠNG LÂM THỜI

DUYÊN KHỞI

Kể từ phong trào chấn hưng Phật giáo vào thập niên 1930, chư vị dịch giả đã cố gắng phiên âm và phiên dịch Kinh điển từ Hán văn hay chữ Nôm sang chữ quốc ngữ để sử dụng trong sinh hoạt thiền môn Việt Nam cũng như để đem giáo lý Phật đi vào quần chúng. Những nỗ lực như vậy rất đáng trân trọng, nhưng vẫn còn là những đóng góp từ cá nhân, mang tính cấp thời, chưa có sự phối hợp đồng bộ, và chưa đủ tầm mức học thuật để giới thiệu Thánh điển Phật giáo tiếng Việt đến với cộng đồng dân tộc.

Vài thập niên sau đó thì chữ quốc ngữ qua ký tự La-tinh mới được phổ cập trong thiền môn, và kinh sách Phật giáo bằng tiếng Việt, phiên dịch cũng như trước tác, mới được bừng khai, không những tạo nên các phong trào tu học của quần chúng khắp nước, mà còn là sự dẫn đạo tư tưởng của Phật giáo Việt Nam đối với các thế hệ trưởng thành trong chiến tranh qua sự thành lập Giáo Hội Phật

Giáo Việt Nam Thống Nhất (GHPGVNTN), đồng thời kiến lập Đại Học Vạn Hạnh, một viện đại học tư thục Phật giáo đầu tiên tại Nam Việt Nam vào năm 1964.

Từ nguồn nhân lực dồi dào với nhiều vị pháp sư, học giả được đào tạo trong và ngoài nước, cũng như các cơ sở giáo dục Phật giáo được trải rộng khắp miền Trung và Nam Việt, Viện Tăng Thống GHPGVNTN đã có nền tảng vững chắc về học thuật để quyết định thành lập Hội Đồng Phiên Dịch Tam Tạng; và qua Hội nghị Toàn thể Hội đồng Phiên dịch Tam Tạng tổ chức tại Viện Đại Học Vạn Hạnh vào các ngày 20, 21, 22 tháng 10 năm 1973, hội nghị đã đưa ra dự án phiên dịch với mục lục tổng quát các Kinh điển truyền bản Hán tạng cần phiên dịch, phân chia công việc, cũng như giới thiệu thành viên của Hội đồng Phiên dịch Tam Tạng gồm 18 vị Pháp sư như sau:

HỘI ĐỒNG PHIÊN DỊCH TAM TẠNG 1973

A. *Ủy Ban Phiên Dịch:*

1. Hòa thượng Trưởng lão Thích Trí Tịnh
   (1917 – 2014)
   Trưởng Ban

2. Hòa thượng Trưởng lão Thích Minh Châu
   (1918 – 2012)
   Phó Trưởng Ban

3. Hòa thượng Trưởng lão Thích Quảng Độ
   (1928 – 2020)
   Tổng Thư Ký

4. Hòa thượng Trưởng lão Thích Trí Quang
   (1923 – 2019)

5. Hòa thượng Trưởng lão Thích Đức Nhuận
   (1924 – 2002)
6. Hòa thượng Trưởng lão Thích Bửu Huệ
   (1914 – 1991)
7. Hòa thượng Trưởng lão Thích Trí Thành
   (1921 – 1999)
8. Hòa thượng Trưởng lão Thích Nhật Liên
   (1923 – 2010)
9. Hòa thượng Trưởng lão Thích Thiện Siêu
   (1921 – 2001)
10. Hòa thượng Trưởng lão Thích Huyền Vi
    (1926 – 2005)

B. *Thành Viên Bổ Sung:*
1. Hòa thượng Trưởng lão Thích Đức Tâm
   (1928 – 1988)
2. Hòa thượng Trưởng lão Thích Huệ Hưng
   (1917 – 1990)
3. Hòa thượng Trưởng lão Thích Thuyền Ấn
   (1927 – 2010)
4. Hòa thượng Trưởng lão Thích Trí Nghiêm
   (1911 – 2003)
5. Hòa thượng Trưởng lão Thích Trung Quán
   (1918 – 2003)
6. Hòa thượng Trưởng lão Thích Thiền Tâm
   (1925 – 1992)
7. Hòa thượng Trưởng lão Thích Thanh Từ
   (1924 –)
8. Hòa thượng Thích Tuệ Sỹ
   (1943 –)

Sau gần 50 năm kể từ khi Hội đồng Phiên dịch Tam Tạng được thành lập, nhiều Kinh điển đã được phiên dịch, góp phần đáng kể vào kho tàng Thánh điển Phật giáo Việt Nam, nhưng có thể nói rằng dự án phiên dịch đưa ra thời ấy, vẫn chưa hoàn tất. Lý do thứ nhất, do hoàn cảnh chiến tranh và bất toàn xã hội, các Kinh điển được dịch rồi vẫn không có đủ thời gian thuận tiện để được hiệu đính và nhuận sắc lại theo đúng tiêu chuẩn Phật điển hàn lâm. Thứ nữa, với nguồn tài liệu cổ ngữ, sinh ngữ dồi dào hiện nay cùng với phương tiện kỹ thuật vi tính, thông tin liên mạng, chư vị dịch giả có rất nhiều cơ hội để truy cập, tham khảo, đối chiếu các truyền bản khác nhau để có được định bản tiếng Việt đáng tin cậy, theo chuẩn mực quốc tế. Ngoài ra, chư vị thành viên Hội đồng Phiên dịch đã theo thời gian, tuần tự viên tịch khi công trình phiên dịch còn dang dở. Nay chỉ còn 2 trong số 18 vị dịch giả còn đương tiền, nhưng một vị đang trong tình trạng bất hoạt; vị duy nhất còn lại có thể tiếp tục đảm đương trọng nhiệm là Hòa thượng Thích Tuệ Sỹ. Xét thấy, đây cũng là phước duyên hy hữu cho Phật giáo Việt Nam cũng như cho công trình phiên dịch Tam Tạng do Viện Tăng Thống đề ra nửa thế kỷ trước:

a) Về phương diện học thuật, Hòa thượng Tuệ Sỹ là một trong số ít học giả uy tín trong việc nghiên tầm, phiên dịch, chú giải và giảng thuật về Tam Tạng Kinh điển từ nhiều thập niên qua; đã và đang đào tạo, nâng đỡ nhiều thế hệ Tăng Ni và Cư sĩ có trình độ Phật học và cổ ngữ có thể phụ trợ công trình phiên dịch;

b) Về phương diện điều hành, Hòa thượng Tuệ Sỹ chính thức tiếp nhận ấn tín Viện Tăng Thống từ Đức Đệ ngũ Tăng Thống, hàm nghĩa kế thừa sự nghiệp hoằng pháp của GHPGVNTN, đồng thời kế thừa công trình phiên dịch của Hội đồng Phiên dịch Tam Tạng được Hội đồng Giáo phẩm Trung ương Viện Tăng Thống thành lập năm 1973.

Từ những nhân duyên và điều kiện kể trên, công trình phiên dịch dang dở của chư vị tiền hiền tất yếu phải được Hòa thượng Tuệ Sỹ đưa vai gánh vác, không thể để cho gián đoạn. Đó là lý do, từ danh nghĩa Viện Tăng Thống GHPGVNTN, Hội Đồng Phiên Dịch Tam Tạng Lâm Thời (HĐPDTTLT) đã được thành lập vào ngày 03 tháng 12 năm 2021, theo Thông Bạch số 11/VTT/VP, nhằm kế thừa sự nghiệp phiên dịch Tam Tạng của chư vị Trưởng lão Hội Đồng Phiên Dịch Tam Tạng Viện Tăng Thống, với thành phần nhân sự như sau:

HỘI ĐỒNG PHIÊN DỊCH TAM TẠNG LÂM THỜI 2021[*]

Cố Vấn:	Giáo sư Trí Siêu Lê Mạnh Thát (Việt Nam)
Chủ Tịch:	Hòa thượng Thích Tuệ Sỹ (Việt Nam)
Chánh Thư Ký:	Hòa thượng Thích Như Điển (Đức quốc)
Phó Thư Ký Quốc Nội:	Hòa thượng Thích Thái Hòa (Việt Nam)

---

[*] Cập nhật ngày 08.05.2022.

Phó Thư Ký Hải Ngoại: Hòa thượng Thích Nguyên Siêu (Hoa Kỳ)

Ủy Ban Duyệt Sách:

Hòa thượng Thích Tuệ Sỹ; Giáo sư Trí Siêu Lê Mạnh Thát.

Ủy Ban Phiên Dịch:

Hòa thượng Thích Đức Thắng (Việt Nam); Hòa thượng Thích Thái Hòa (Việt Nam); Thượng tọa Thích Nguyên Hiền (Việt Nam); Thượng tọa Thích Nhuận Châu (Việt Nam); Đại đức Thích Nhuận Thịnh (Việt Nam); Cư sĩ Đạo Sinh Phan Minh Trị (Việt Nam); Cư sĩ Trí Việt Đỗ Quốc Bảo (Đức quốc).

Ủy Ban Chứng Nghĩa Chuyết Văn:

Hòa thượng Thích Thiện Quang (Canada); Thượng tọa Thích Nguyên Tạng (Úc); Đại đức Thích Nhuận Thịnh (Việt Nam); Cư sĩ Tâm Huy Huỳnh Kim Quang (Hoa Kỳ); Cư sĩ Tâm Quang Vĩnh Hảo (Hoa Kỳ).

Những thành viên khác tùy theo nhu cầu sẽ được thỉnh cử sau.

Xét thấy công hạnh tu trì cũng như kiến văn của thành viên chưa thể sánh ngang với chư Tôn túc Trưởng lão Hội đồng Phiên dịch Tam Tạng 1973, do đó chỉ có thể thành lập Hội đồng Lâm thời để kế thừa việc phiên dịch Kinh-Luật-Luận theo khả năng. Trong điều kiện như thế, HĐPDTTLT sẽ không phiên dịch theo thứ tự lịch sử hình thành Thánh điển như Đại Chánh, mà theo phương pháp các Kinh Lục cổ điển, phân Thánh giáo thành Ba thừa: Thanh Văn Tạng,

Bồ-tát Tạng và Mật Tạng. Cho đến khi nào sở học và đạo hạnh được nâng cao, đủ để xác định tín tâm trong hàng bốn chúng đệ tử, bấy giờ Hội đồng Phiên dịch Tam Tạng Lâm thời sẽ chuyển thành chính thức, và sẽ tuần tự thực hiện chương trình phiên dịch đúng theo đề xuất của Hội đồng Phiên dịch Tam Tạng 1973.

Sự nghiệp phiên dịch Đại Tạng Kinh là sự nghiệp chung, hệ trọng và trường kỳ, của Tăng tín đồ Phật giáo Việt Nam trong và ngoài nước. Hình thành Đại Tạng Kinh tiếng Việt không những tạo điều kiện thuận lợi cho việc nghiên cứu và thực hành Phật Pháp đúng đắn cho tứ chúng đệ tử, khẳng định vị thế của Phật giáo Việt Nam đối với nhân loại và cộng đồng Phật giáo quốc tế, mà còn là sự phục hưng những giá trị văn hóa dân tộc nhằm góp phần vào việc xây dựng và phát triển đất nước. Nhận thức được tầm quan trọng này, chư vị lãnh đạo các Giáo hội Phật giáo Việt Nam Thống Nhất tại hải ngoại đã vận động thành lập Hội Đồng Hoằng Pháp vào ngày 08 tháng 5 năm 2021, với sự tán trợ của Viện Tăng Thống, nhằm mở rộng con đường hoằng pháp ngoài nước theo tiêu hướng của GHPGVNTN, cũng như để vận động yểm trợ và thúc đẩy công trình phiên dịch và ấn hành Đại Tạng Kinh Việt Nam tiến đến thành tựu viên mãn.

Để tri niệm ân sâu của chư lịch đại Tổ sư và chư vị Tôn túc trong Hội Đồng Phiên Dịch Tam Tạng 1973 trong sự nghiệp hoằng truyền chánh đạo, Hội Đồng Hoằng Pháp nguyện góp phần công đức, toàn tâm ủng hộ, cúng dường tâm lực, trí lực và tài lực để Đại Tạng Kinh Việt Nam chuẩn mực được lần lượt ấn hành, khởi đầu từ Thanh Văn Tạng, tháng 01 năm 2022, cho đến khi hoàn tất Bồ-tát Tạng và Mật Tạng trong thập niên tới.

Nguyện đem công đức Pháp thí này hồi hướng chánh pháp cửu trụ, tứ chúng an hòa, phát Bồ-đề tâm tiến tu đạo nghiệp; lại nguyện nhân loại được an vui, phúc lạc; sớm chấm dứt thiên tai dịch bệnh, khắp loài chúng sinh đều được lạc nghiệp an cư.

Ngưỡng vọng chư tôn Trưởng lão, chư Hòa thượng, Thượng tọa, Đại đức Tăng Ni cùng bốn chúng đệ tử trong và ngoài nước chứng minh và liễu tri.

Nam mô Công Đức Lâm Bồ-tát.

Phật lịch 2565, năm Tân Sửu
Ngày 01 tháng 01 năm 2022
Hội Đồng Phiên Dịch Tam Tạng Lâm Thời
Cẩn bạch

PHÀM LỆ

1. Đại Tạng Kinh Việt Nam bao gồm tất cả các bản dịch tiếng Việt của Tam Tạng Kinh Điển Phật giáo đã xuất hiện ở nước ta từ trước đến nay, qua các thời kỳ với nhiều dịch giả khác nhau, để cho thấy quá trình hình thành Đại Tạng Kinh Việt Nam qua lịch sử.

2. Về bản đáy, bản dịch Việt căn cứ trên ấn bản Đại Chánh Tân Tu Đại Tạng Kinh 100 tập, mỗi tập trên dưới 1000 trang chữ Hán cỡ 10pt và sẽ được đánh số theo thứ tự của số ghi trong bản in Đại Chánh. Mỗi trang của bản in Đại chính được chia làm ba cột: a, b, c. Số trang và cột này đều được ghi trong bản dịch để tiện tham khảo.

3. Vì thế, một bản Kinh chữ Hán có thể có nhiều bản dịch tiếng Việt, nên sau số thứ tự của Đại Chánh, sẽ đánh thêm các mẫu tự A, B, C... để phân biệt các bản dịch tiếng Việt khác nhau của cùng một bản Kinh chữ Hán đó.

4. Về xử lý văn bản trong khi phiên dịch, phần lớn căn cứ công trình hiệu đính và đối chiếu của bản Đại Chánh. Ngoài ra, tham khảo thêm các công

trình hiệu đính và đối chiếu khác.

5. Giữa các ấn bản có những điểm khác nhau, bản Việt sẽ lựa chọn hoặc hiệu đính theo nhận thức của người dịch.

6. Trong bản Hán, nếu chỗ nào xét thấy văn dịch hay từ ngữ không phù hợp với giáo nghĩa truyền thống phổ biến, người dịch sẽ tham khảo các Kinh, Luật, Luận cần thiết để hiệu chính. Những hiệu chính này được giải thích ở phần cước chú.

7. Bản Hán dịch thực hiện căn cứ phần lớn trên sự truyền khẩu. Do đó những từ phát âm tương tự dễ đưa đến ngộ nhận, như *sam* Pāli hay *sama* và *samyak*; *cala* và *jala*; *muti* và *muṭṭhi*, v.v... Trong những trường hợp này, người dịch sẽ tham chiếu các Kinh tương đương, các bản Hán biệt dịch, suy đoán tự dạng nguyên thủy có thể có trong Phạn bản để hiệu chính. Những hiệu chính này đều được ghi ở phần cước chú.

8. Do các truyền bản khác nhau giữa các bộ phái, để có nhận thức về giáo nghĩa nguyên thủy, chung cho tất cả, cần có những nghiên cứu đối chiếu sâu rộng. Công việc này ngoài khả năng hiện tại của các dịch giả. Tuy nhiên, trong trường hợp có thể, những

điểm dị biệt giữa các truyền bản sẽ được ghi nhận và đối chiếu. Những ghi nhận này được nêu ở phần cước chú.

9. Bản Hán dịch được phân thành số quyển. Bản dịch Việt không chia số quyển như vậy, nhưng sẽ ghi ở phần cước chú mỗi khi bắt đầu một quyển khác.

10. Các từ Phật học trong một số bản Hán dịch nếu không phổ biến, do đó có thể gây khó khăn cho việc đọc và nghiên cứu, trong các trường hợp như vậy, tuy vẫn giữ nguyên dịch ngữ của bản Hán, nhưng dịch ngữ tương đương thông dụng hơn sẽ được ghi trong phần cước chú. Trong trường hợp có thể, sẽ ghi luôn dịch giả của những dịch ngữ này và xuất xứ của chúng từ bản dịch nào để tiện việc tham khảo.

11. Các Kinh sách tham khảo trong cước chú đều được viết tắt theo quy định phổ thông của giới nghiên cứu quốc tế; xem quy định về viết tắt ở cuối mỗi tập của Đại Tạng Kinh Việt nam.

12. Quy ước các danh từ viết hoa

Các từ gốc Sanskrit/Pāli:

a. Từ thường phiên âm: tất cả viết thường với gạch nối. Như *śūnyatā* = thuấn-nhã-đa tính, *kṣatriya* = sát-đế-lợi. Trừ các từ tôn kính, theo ngữ cảnh; như: *Nirvāṇa* = Niết-bàn; *Ācārya* = A-xà-lê; *Bhikṣu* = Tỳ-kheo v.v...

b. Từ đặc hữu (nhân danh, địa danh): Chữ đầu hoa, còn lại thường, với gạch nối. Như *Śariputra* = Xá-lợi-phất, *Śrāvastī* = Xá-vệ, *Kapilavastu* = Ca-tì-la-vệ.

c. Trường hợp vừa âm vừa nghĩa, phần phiên âm chữ đầu hoa, còn lại thường với gạch nối; phần nghĩa viết Hoa, như *Śariputra* = Xá-lợi Tử.

* *Các từ thuần Việt,* chưa có quy tắc chính thức, nhưng theo cách viết phổ thông hiện nay:

a. Từ phổ thông: tất cả không hoa, trừ trường hợp tôn kính hay đặc biệt.

b. Từ đặc hữu, nhân danh, địa danh: tất cả viết hoa.

Vạn Hạnh, Pl. 2550 - Dl. 2006
Trí Siêu và **Tuệ Sỹ** cẩn chí

BẢNG VIẾT TẮT

A	*Aṅguttara-Nikāya* – Tăng chi bộ kinh
Câu-xá	A-tỳ-đạt-ma-câu-xá luận, T 29 No 1558
Cf.	*confer*, Tham chiếu, so sánh
Chân Đế	bản dịch của Chân Đế
cht.	chú thích
...*cho đến*	Lặp lại nguyên văn đoạn trên
D	*Dīgha-nikāya*, Trường bộ kinh
Đại.	Đại Chánh Tân Tu Đại Tạng Kinh, Taisho
đd	đã dẫn
Dh, Dhp	*Dhammapada*, kinh Pháp cú
Du-già	Du-già sư địa luận, T 30 No 1579
Huyền Tráng	bản dịch của Huyền Trang
ibid.	*ibidem*, cùng chỗ đã dẫn, đã dẫn, dẫn thượng
M	*Majjhima-Nikāya* – Trung bộ kinh
NM	bản in đời Nguyên Minh
nt	như trên
Pl.	Pāli
S	*Samyutta-Nikāya* – Tương ưng bộ kinh

Sdt.	sách dẫn trên
Sđd.	Sách đã dẫn
Skt.	Sanskrit
Sn	*Sutta-nipāta* – Kinh tập
TN	Taisho, bản Đại Chánh, theo số quyển
Tập dị	Tập dị môn túc luận
Th 1	*Theragāthā* – Trưởng lão kệ
Th 2	*Therīgāthā* – Trưởng lão ni kệ
thc.	tham chiếu
thk.	tham khảo
Tì-bà-sa	A-tì-đạt-ma Đại tì-bà-sa luận
Tl.	Tây lịch
TNM	bản in các đời Tống Nguyên Minh
tr.	Trang
vd.	ví dụ
Vin.	*Vinaya*, Luật tạng Pāli
Vsm.	*Visuddhimagga* – Thanh tịnh đạo luận
x.	xem
Wogihara	Phạn Hòa từ điển, Địch Nguyên Vân Lai (Wogihara Unrai)

TẠP A-HÀM TỔNG LỤC

LỊCH SỬ TRUYỀN DỊCH

I. Ý NGHĨA VÀ TRUYỀN THỪA

Tạp A-hàm (Skt. *Samyukta-āgama*), truyền thống của phần lớn các học phái sơ kỳ Phật giáo, ngoại trừ Hữu bộ, liệt kê là bộ thứ ba trong bốn A-hàm, tương đương với *Samyutta* thuộc bộ thứ tư trong năm bộ *Nikāya* (Pāli), được biên tập trong đại hội kết tập lần thứ nhất.

Luật *Ma-ha Tăng kỳ*, thuộc Đại chúng bộ (*Mahāsaṅgika*), chép: "Tôn giả A-nan tụng lại toàn bộ Pháp tạng như vậy. Những kinh có văn cú dài được tập hợp thành một bộ gọi là *Trường A-hàm*. Văn cú vừa, tập hợp thành bộ *Trung A-hàm*. Văn cú tạp, tập hợp thành bộ *Tạp A-hàm*. Các thể tài như Căn tạp, Lực tạp, Giác tạp, Đạo tạp, vân vân, được gọi là tạp."¹

Các bộ Luật khác, chép về đại hội kết tập này, mà hầu hết Hán dịch đều gọi là 雜 "tạp" với giải thích gần tương tợ, nhưng không xác nghĩa.² Từ "tạp" được giải thích như vậy

---

¹ *Căn tạp, … Đạo tạp*, các tương đương Pāli: *Indriyasamyuttaṃ* (*Samyutta-nikāya*, v. *Mahāvaggo* 4), *Balasamyuttaṃ* (ibid. *Mahāvaggo* 6), *Bojjhaṅgasamyuttaṃ* (ibid. 2), *Maggasamyuttaṃ* (inid. 1). Luật *Ma-ha Tăng kỳ*, quyển 32, T22n1425, tr.491c16: 尊者阿難誦如是等一切法藏。文句長者集為長阿含。文句中者集為中阿含。文句雜者集為雜阿含。所謂根雜力雜覺雜道雜。如是比等名為雜。一增二增三增乃至百增。隨其數類相從。集為增一阿含。雜藏者。所謂辟支佛阿羅漢自說本行因緣。如是等比諸偈誦。是名雜藏。

² Tham khảo, *Luật Ngũ phần* quyển 30, Hóa địa bộ (*Mahīśāsaka*), T22n1421, tr.191a23: 迦葉如是問一切修多羅已。僧中唱言。此是長經今集為一部。名長阿含。此是不長不短今集為一部。名為中阿含。此是雜說為比丘比丘尼優婆塞優婆夷天子天女說。今集為一部名雜阿含。此是從一法增至十一法。今集為一部名增一阿含。自餘雜說今集為一部。名為雜藏。*Luật Tứ phần* quyển 54, Pháp tạng bộ (*Dharmagupta*): T22n1428_p0968b19: 彼即集一切長經。為長阿含。一切中經。為中阿含。從一事至十事從十事至十一事。為增一。雜比丘比丘尼優婆塞優婆私諸天雜帝釋雜魔雜梵王。集為雜阿含。如是生經本經善因緣經。方等經未曾有經譬喻經。優婆提舍經句義經。法句經波羅延經。雜難經聖偈經。如是集為雜藏。

không hoàn toàn có nghĩa "pha tạp" hay "tạp loạn"³, nghĩa là pha trộn nhiều thứ linh tinh khác nhau vào một gói. Từ này được thấy xác định hơn theo giải thích của *Tì-ni mẫu kinh*: "Trong đó, *tương ưng* (liên hệ) Tỳ-kheo, *tương ưng* Tỳ-kheo-ni, *tương ưng* Đế Thích, *tương ưng* chư Thiên, *tương ưng* Phạm Thiên; những kinh như vậy được tập hợp thành một bộ gọi là *Tạp A-hàm*." Nói là *tương ưng* Tỳ-kheo-ni, *tương ưng* Phạm Thiên, vân vân, cho thấy các tương đương của chúng trong Pāli: *Bhikkhunī-samyutta*, *Brahma-samyutta*. "Tạp" được giải thích như vậy hàm nghĩa "tương ưng", chỉ rõ những kinh liên hệ đến Tỳ-kheo, Tỳ-kheo-ni, chư Thiên, vân vân được tập hợp thành một bộ. Nghĩa Tịnh⁴ và Huyền Trang đều hiểu theo nghĩa này, do đó dịch là *Tương ưng A-cấp-ma*. Từ Sanskrit *saṃyukta*,

---

³ *Dịch*, quẻ Không, phần văn ngôn: đen và vàng, là sự xen tạp của trời đất. Vì trời thì đen, mà đất thì vàng. 夫玄黃者，天地之雜也，天玄而地黃。

⁴ *Căn bản Thuyết nhất thiết hữu bộ tì-nại-da tạp sự*, quyển 39, Nghĩa Tịnh dịch, T24n1451_p0407b16: 爾時諸阿羅漢咸作是念。我已結集世尊所說第三蘇怛羅。於同梵行無有違逆亦無訶厭。是故當知。此蘇怛羅是佛真教。復作是言。自餘經法。世尊或於王宮聚落城邑處說。此阿難陀今皆演說。諸阿羅漢同為結集。但是五蘊相應者。即以蘊品而為建立。若與六處十八界相應者。即以處界品而為建。若與緣起聖諦相應者。即名緣起而為建立。若所說者。於佛品處而為建立。若與念處正勤神足根力覺道分相應者。於聖道品處而為建立。若經與伽他相應者。此即名為相應阿笈摩。

nguyên là phân từ quá khứ thụ động bởi động từ căn *sam-YUJ*, có nghĩa là kết hợp, nối kết hai cái lại với nhau như buộc hai con bò vào trong một cỗ xe kéo.⁵ Ý nghĩa nối kết hay "tương ưng" này được thấy rõ trong giải thích của *Hữu bộ tì-nại-da tạp sự*. Theo đó, những kinh có nội dung liên hệ (=tương ưng) đến năm uẩn, được tập hợp thành "Phẩm Uẩn";⁶ những kinh có nội dung liên hệ đến xứ, giới, được tập hợp thành các phẩm "Xứ"⁷ và "Giới".⁸

Huyền Trang trong *Pháp trụ ký* cũng dịch là "Tương ưng A-cấp-ma", nhưng lại kể thêm "Tạp loại A-cấp-ma", và nói Tố-đát-lãm tạng (*Sūtra-piṭaka*), tức Kinh tạng, bao gồm năm A-cấp-ma.⁹ Tạp loại A-cấp-ma được kể trong đây

---

⁵ Trong ý nghĩa liên hệ, từ *saṃyutta* trong Pāli cũng có nghĩa là ràng buộc, nối kết. Thí dụ, đoạn kinh Pāli sau đây nói: *kāḷo ca balībaddo, odāto ca balībaddo ekena dāmena vā yottena vā saṃyuttā assu.* (S IV.163.), Có một con bò đen và một con bò trắng, chúng được buộc lại với nhau bằng một sợi dây thừng hay bằng một cái ách.

⁶ Tương đương Pāli, *Samyuttanikāyo*, iii. *Khandhavaggo*, 1. *Khandhasamyuttaṃ*.

⁷ Tương đương Pāli, *Samyuttanikāyo*, iv. *Saḷāyatanavaggo*, 1. *Saḷāyatanasamyuttaṃ*.

⁸ Tương đương Pāli, *Samyuttanikāyo*, ii. *Nidānavaggo*, 3. *Dhātusamyuttaṃ*.

⁹ Đại A-la-hán Nan-đề-mật-đa-la sở *thuyết Pháp trụ ký*, Huyền Trang dịch, T49n2030, tr. 14b03: 有五阿笈摩。謂長阿笈摩。中阿笈摩。增一阿笈摩。相應阿笈摩。雜類阿笈摩。

như vậy là bộ thứ năm, tương đương với Nikāya thứ năm của Pāli là *Khuddaka-nikāya*. Pāli *khuddaka*, hay Sanskrit *kṣudra* có nghĩa là "tạp toái", chỉ những tiểu tiết, chi tiết vụn vặt, không quan trọng, như những điều luật Phật chế nếu thấy là không quan trọng thì chúng tỳ-kheo có thể liệt vào loại "tạp toái giới" (skt. *kṣudrānukṣudraka*) và có thể tùy ý không tuân giữ.[10]

Nhưng trong Đại Tì-bà-sa 6, *Câu-xá* 29, *Du-già-sư địa* 85, Huyền Trang dịch từ này là Tạp A-cấp-ma.[11] Mặc dù trong *Pháp trụ ký* phân biệt rõ hai bộ loại tương ưng và tạp loại khác nhau, trong các Luận này, Hán dịch của Huyền Trang đồng nhất Tương ưng A-cấp-ma với Tạp A-cấp-ma. Có lẽ gọi là A-cấp-ma vì bấy giờ từ "Tạp" đã thông dụng chỉ một trong bốn A-hàm. Dù vậy, trong giải thích của luận *Du-già sư địa*, từ "Tạp" trong Tạp A-cấp-ma cũng hàm nghĩa "tương ưng".

Luận nói, "Sự khế kinh, đó là bốn A-cấp-ma: 1. Tạp A-cấp-ma, 2. Trung A-cấp-ma, 3. Trường A-cấp-ma, 4. Tăng nhất A-cấp-ma. Về Tạp A-cấp-ma, trong đó, đức Thế Tôn quán sát các hạng cần được giáo hóa như vầy, như kia, tuyên thuyết những chủ đề liên hệ (=tương ưng) được nói bởi Như Lai và các Đệ tử; những chủ đề liên hệ uẩn, xứ, giới, liên hệ duyên khởi, thức ăn, Thánh đế; những chủ đề liên hệ niệm trụ, chánh đoạn, thần túc, căn, lực, giác chi,

---

[10] D. ii. tr. 154: *Ākaṅkhamāno, ānanda, saṅgho mamaccayena khuddānukhuddakāni sikkhāpadāni samūhanatu.*
[11] T27, tr. 28c14; T29 tr. 154b22; T30 tr. 772c9.

đạo chi, niệm hơi thở ra vào, hữu học chứng tịnh, vân vân. Lại nữa, y theo tám chúng mà nói liên hệ các chúng. Được kết tập vào phần cuối, với mục đích để cho Thánh giáo tồn tại lâu dài, cuối mỗi tương ưng được kết thúc bằng bài kệ tóm tắt."[12]

Đấy là nói về hình thức tổ chức. Ý nghĩa liên hệ hay tương ưng như vậy được phân thành ba tổ: 1. người nói (năng thuyết), là Như Lai và các Thánh đệ tử; 2. điều được nói (sở thuyết), là các chủ đề liên hệ như uẩn, xứ, giới; 3. đối tượng nhắm đến (sở vị thuyết), là các chúng tỳ-kheo, chư thiên, Ma, v.v...

Như vậy, những kinh mà nội dung chứa đựng các chủ đề, hay vấn đề liên hệ nhau được tập hợp thành một tương ưng, theo đây có thể hiểu là một thiên hay một chương. Luận giải thích thêm: "Các giáo nghĩa với các thể tài liên hệ nhau như vậy được sưu tập và dồn chung lại thành nhóm, gọi là Tạp A-cấp-ma."[13] Hán dịch của Huyền Trang trong đoạn này, từ "tạp" được giải thích là "gián xí cưu tập". Trong Hán cổ, *xí* được dùng như là *tạp*. *Cưu*, chỉ loại

---

[12] *Du-già sư địa 85*, T30 tr. 772c9: 事契經者。謂四阿笈摩。一者雜阿笈摩。二者中阿笈摩。三者長阿笈摩。四者增一阿笈摩。雜阿笈摩者。謂於是中世尊觀待彼彼所化。宣說如來及諸弟子所說相應。蘊界處相應。緣起食諦相應。念住正斷神足根力覺支道支入出息念學證淨等相應。又依八眾說眾相應。後結集者為令聖教久住。結嗢拕南頌。

[13] op. cit.: 即彼一切事相應教間廁鳩集。是故說名雜阿笈摩。

chim gáy, thường tụ họp thành đàn, gọi là *cưu hạp* hay *cưu tập*. Căn cứ theo nghĩa Hán tự, Lữ Trừng giải thích cụm từ "gián xí cưu tập" như sau: "Thể tài được kết tập của Kinh tuy có thể gọi là tương ưng, nhưng văn của Kinh được sắp xếp tùy nghi, không thuận theo thứ tự, như vậy mà có nghĩa là *tạp*. Những tương ưng được nói bởi Như Lai hay các đệ tử, tùy theo người nói mà đặt lên đầu các thiên, nhưng văn của Kinh thì đặt xen kẽ (間廁 *gián xí*) các tương ưng khác vào giữa. Lại nữa, tương ưng giới cùng với tương ưng uẩn, xứ nên được xếp chung một loại, nhưng trong văn của Kinh lại đặt xen kẽ vào giữa các đề tài như nhân duyên, (Thánh) đế, thực. Do sự "gián xí cưu tập" 間廁鳩集 như vậy mà kinh được gọi tên là Tạp A-cấp-ma."[14]

Tuy có các giải thích được thấy trên, "tạp" ở đây vẫn không hẳn có nghĩa là pha tạp, nếu hiểu pha tạp là trộn lẫn nhiều thứ tạp nhạp với nhau, mà là sự tổ hợp có thứ tự hợp lý. Thế nhưng, như được định nghĩa trong *Phân biệt công đức luận*, "Tạp, chỉ những kinh có nội dung đoạn trừ kết sử, thật khó đọc thuộc, khó ghi nhớ; thể tài phần nhiều vụn vặt (= *tạp toái*) khiến người ta dễ quên."[15] Đoạn Hán dịch này do từ "tạp toái", được hiểu là tạp nhạp hay tạp loạn, xem đó là ý nghĩa chính của từ này, nên có thể khiến bỏ sót từ khác cũng rất quan trọng để hiểu nội hàm của *tạp*; đó là từ đoạn kết. Tất nhiên từ "đoạn kết" cũng

---

[14] Lữ Trừng, *Phật học luận trước tuyển tập*, t. I, tr. 2.
[15] T25 tr. 32b01: 雜者。諸經斷結。難誦難憶。事多雜碎喜令人忘。故曰雜也。

có thể hiểu là kết luận đoạn văn, hay phán quyết; nghĩa này không phù hợp ở đây. Trong tiếng Phạn, cùng họ với *samyukta* ta có từ *saṃyojana*, kết phược, một từ khác chỉ phiền não. Đoạn kết, hay đoạn trừ phiền não, là nội dung đại bộ phận các kinh được tập hợp trong bộ loại này.[16]

Trong đoạn văn dẫn thượng từ *Du-già sư địa*, có nhắc đến cụm từ "sự khế kinh." Đó là một trong 24 đề mục tạo thành các bộ phận của Kinh tạng (Tố-đát-lãm sự, *sūtra-vastu*).[17] Sự, chỉ cho thể tài, hay các vấn đề được đề cập. Luận nói, "Nên biết, những điều Phật nói được bao gồm trong chín thể tài (sự, *vastu*): 1. hữu tình sự, 2. thọ dụng sự, 3. sinh khởi sự, 4. an trú sự, 5. nhiễm tịnh sự, 6. sai biệt sự, 7. thuyết giả sự, 8. sở thuyết sự, 9. chúng hội sự."[18] Trong đó, hữu tình sự (*sattva-vastu*) bao gồm các vấn đề liên hệ đến năm thủ uẩn. Thọ dụng sự (*upabhoga-vastu*), các vấn đề liên hệ đến 12 xứ. Sinh khởi sự (*utpatti-vastu*), liên hệ đến duyên sinh và các chi duyên khởi. An trú sự (*sthiti-vastu*), liên hệ đến bốn loại thức ăn. Nhiễm tịnh sự (*saṃkleśa-vyavadāna-vastu*), liên hệ bốn Thánh đế. Sai

---

[16] Cf. Phiên dịch danh nghĩa 4, T54 tr. 111b5: 增一阿含明人天因果。二長阿含破邪見。三中阿含明諸深義。四雜阿含明諸禪法。

[17] *Du-già sư địa 85*, T30 tr. 772b20.

[18] Op.cit. T30 tr. 294a20: 又復應知諸佛語言九事所攝。云何九事。一有情事。二受用事。三生起事。四安住事。五染淨事。六差別事。七說者事。八所說事。九眾會事。

biệt sự (*vaicitrya-vastu*), liên hệ vô lượng giới. Thuyết giả sự, Phật và các đệ tử của Phật. Sở thuyết sự, liên hệ các bồ-đề phần (*bodhyaṅga*) gồm bốn niệm trụ, vân vân. Chúng hội sự, chỉ các Kinh liên hệ đến tám chúng.

Chín *sự* như vậy cũng chính là toàn bộ tổ chức của *Tạp A-hàm*, bao gồm cả nội dung và hình thức. Do bởi nguyên bản Phạn của Kinh đã thất lạc, đến nay chưa được phát hiện, nên Kinh được tổ chức như thế nào chỉ là vấn đề của suy luận. Bản dịch Hán hiện tại được nói là có phần tạp loạn, do bởi chính truyền bản hay do bởi những người biên tập Hán dịch. Song, nếu đối chiếu với truyền bản Pāli tương đương, ta cũng có thể hình dung một cách rất khái quát tổ chức nguyên thủy của Phạn bản, chí ít đó là truyền bản được đọc bởi *Du-già sư địa*.

Trong liệt kê chín sự bởi *Du-già sư địa* như đã thấy, ta có các tương đương Pāli từ *Samyutta-nikāya* như sau. Thứ nhất, những vấn đề liên hệ đến năm thủ uẩn, đó là các Kinh được tập hợp thành phẩm Uẩn, *Khandhavaggo*; phẩm này gồm 13 *saṃyutta* (tương ưng). Thứ đến, những Kinh với nội dung liên hệ đến xứ tập hợp thành phẩm Sáu xứ, *Saḷāyatanavaggo*; phẩm này gồm 10 *saṃyutta*. Tiếp theo, liên hệ đến duyên sinh và duyên khởi bao gồm các Kinh trong phẩm Nhân duyên, *Nidānavaggo*, gồm 10 *saṃyutta*. Thứ tư, liên hệ vấn đề thức ăn để chúng sinh tồn tại, không có thiên phẩm riêng biệt, mà chỉ là một chương gọi là *Āhāravaggo*, trong tương ưng thứ nhất, *Nidānasaṃyuttaṃ*, thuộc phẩm Nhân duyên, *Nidānavaggo*. Thứ năm, liên hệ bốn Thánh đế, tương đương với tương ưng Thánh đế, *Saccasaṃyuttaṃ*, thuộc thiên Đại phẩm, *Mahāvaggo*. Thứ sáu, liên hệ đến đa giới, tương đương *Dhātusaṃyutta* trong phẩm Nhân duyên, *Nidānavaggo*. Thứ bảy, gồm các *samyutta* phân tán trong các thiên phẩm (*vagga*). Thứ tám, gồm đại bộ phận các *samyutta* trong phẩm Đại, *Mahāvaggo*. Thứ chín, chúng hội sự, tức liên hệ tám chúng, gồm 11 *samyutta* trong phẩm thứ nhất, gọi là thiên "Có Kệ", *Sagāthāvaggo*.

Xem thế, tổ chức nguyên hình Phạn bản rất gần với bản Pāli hiện tại. Sự bố trí các thiên phẩm, các *samyutta*, khác nhau là do sự truyền tụng khác nhau giữa các bộ phái. Đó là điều tất nhiên.

Về liên hệ bộ phái, như những ghi chép về cuộc kết tập Thánh điển lần đầu tiên tại Vương xá, Thánh điển nguyên thủy bao gồm hai bộ phận chính là Pháp và Luật. Trong đó, Pháp là những điều Phật dạy được kết tập thành Kinh tạng, gồm bốn A-hàm theo truyền thống phương bắc được truyền tụng phổ biến tại Trung Hoa, hoặc năm bộ Nikāya như được truyền thừa trong truyền thống Phật giáo phương nam. Tổng quát mà nói, khởi thủy, các bộ phái đều có chung một nền văn hiến Thánh điển nguyên thủy. Về sau, do sự phát triển các bộ phái, theo thời gian và trong nhiều khu vực địa lý khác nhau, mỗi bộ phái có thể có riêng Thánh điển là cơ sở học tập và nghiên cứu. Tình hình có thể thấy qua những ghi chép về hai hay ba cuộc kết tập đầu tiên trong Luật tạng của các bộ phái qua các bản Hán dịch hiện hành.[19]

Hiện tại, chỉ riêng Thượng tọa Nam phương (*Theravāda*) còn lưu truyền hầu như hoàn chỉnh Thánh điển nguyên thủy hay gần với nguyên thủy. Điều này có thể được là do nhờ ở tình hình chính trị xã hội tại Tích Lan. Trên địa bàn Ấn-độ, nơi phát triển của các bộ phái Phật giáo, do tình hình xã hội, chính trị, tôn giáo qua nhiều thời đại và trong nhiều vương quốc cát cứ, Phật giáo nhiều nơi và nhiều thời bị trấn áp, bị khống chế và cuối cùng diệt vong, mà ảnh hưởng là Thánh điển các bộ phái theo đó cũng phần lớn bị hủy diệt. Điều may mắn là đại bộ phận đã được dịch sang Hán văn.

Các bộ A-hàm cũng bị chi phối bởi các biến cố lịch sử như vậy. Mặc dù các kinh đơn hành bản thuộc các bộ A-hàm được truyền dịch rất sớm, trong đó đáng kể là những kinh thuộc *Tạp A-hàm*. Nhưng do xu hướng Đại thừa Phật giáo Trung quốc, Thánh điển A-hàm được phán định là kinh điển Tiểu thừa, được xem là dành cho hạng căn cơ thấp kém, nên không có nghiên cứu đáng kể nào về bộ phận Thánh điển này. Điều này khiến các nhà nghiên cứu Phật giáo Trung quốc lấy làm ân hận.

---

[19] Hóa địa bộ (*Mahīśāsaka*), *Ngũ phần luật*, T22 tr. 191a; Đại chúng bộ (*Mahāsaṅgika*), *Ma-ha Tăng-kỳ luậ*t, T22 tr. 491c; Pháp tạng bộ (*Dharmagupta*, Đàm-vô-đức), *Tứ phần luật*, T22 tr.968b; Thuyết nhất thiết hữu bộ (*Sarvāstivāda*), *Thập tụng luật*, T24 tr. 407b.

Theo sự phán định của các nhà nghiên cứu văn học Phật giáo Hán tạng, trong bốn bộ A-hàm Hán dịch, thứ nhất *Trường A-hàm* thuộc Pháp tạng bộ (*Dharmagupta*), cùng hệ với *Luật Tứ phần*. *Tăng Nhất A-hàm* thuộc Đại chúng bộ (*Mahāsaṅgika*), hoặc Thuyết xuất thế bộ (*Lokottaravāda*), một hệ phái chi mạt của Đại chúng bộ. *Trung* và *Tạp A-hàm* thuộc Hữu bộ (*Sarvāstivāda*).[20] Ngoài ra, còn có *Biệt dịch Tạp A-hàm* được phán định thuộc Ẩm quang bộ (*Kāśyapīya*).[21]

Về thứ tự ưu tiên của bộ loại, hầu hết Luật tạng của các bộ đều ghi thứ nhất *Trường*, thứ đến *Trung*, *Tạp*, và cuối cùng *Tăng nhất*. Thứ tự này kể theo hình thức. Tuy vậy trong bản Hán dịch hiện tại, có những kinh trong *Tạp A-hàm* cũng được đặt vào trong *Trường* hay của các bộ phái khác. Cho nên, độ dài của các kinh không phải là tiêu chuẩn thống nhất giữa các bộ phái biên tập bộ loại.

Trong dẫn chứng của *Du-già sư địa* dẫn thượng,[22] *Tạp A-hàm* được kể đầu tiên, tiếp theo *Trung* và *Trường*, cuối cùng là *Tăng nhất*. Đại sư Ấn Thuận cho rằng đây có thể

---

[20] Ấn Thuận, *Thuyết nhất thiết hữu bộ luận thư dữ luận sư chi nghiên cứu*, Dân quốc 81, tr. 91-95.

[21] Ấn Thuận, *Nguyên thủy Phật giáo Thánh điển chi tập thành*, Dân quốc 83, tr. 464. Xem thêm, Thủy Dã Hoàng Nguyên (Nhật Bản), *Bộ phái Phật giáo và Tạp A-hàm*, phụ lục bởi Phật quang điện tử Đại tạng kinh A-hàm tạng.

[22] Dẫn bởi chú thích 12 trên.

là hình thức kết tập tối cấp được bảo lưu.²³ *Du-già* cũng nói là tổ chức các kinh được biên tập thành bộ loại theo tiêu chuẩn độ dài. Nhưng chín thể tài mà luận này nói đó là toàn bộ những điều được Phật dạy; chín thể tài này là nội dung của chính *Tạp A-hàm*.

Trên đại thể, toàn bộ kinh được tổng quát trong ba bộ phận chính mà *Du-già* phân loại thành năng thuyết, sở thuyết và sở vị thuyết. Phân loại này có thể xem như phù hợp với điều được Tăng Triệu giới thiệu trong bài Tựa cho bản Hán dịch *Trường A-hàm* của Phật-đà-da-xá; theo đó, *Tạp A-hàm* gồm bốn phần mười tụng.²⁴

Căn cứ theo đây, và tham chiếu với trần thuật bởi *Du-già sư địa*, Lữ Trừng đề nghị tổ chức *Tạp A-hàm* như sau:

Phần I: Tương ưng năm thủ uẩn, sáu xứ và nhân duyên

    Tụng 1: Năm thủ uẩn.

    Tụng 2: Sáu xứ.

    Tụng 3: Duyên khởi.

    Tụng 4: Thực (thức ăn).

    Tụng 5: Đế (Thánh đế).

    Tụng 6: Giới.

Phần II: Phật và đệ tử sở thuyết:

---

[23] Ấn Thuận, *Tạp A-hàm kinh hội biên*, tập 1, tr.7.
[24] Tăng Triệu, *Trường A-hàm kinh tự*, T1 tr. 1a11.

Tụng 7: Sở thuyết bởi đệ tử của Phật.

Tụng 8: Sở thuyết bởi Phật.

Phần III: Đạo phẩm.

Tụng 9: Niệm trụ, v.v...

Phần IV: Kết tập.

Tụng 10: Tám chúng.

Đặc biệt, phát biểu của Lữ Trừng về mối quan hệ giữa *Tạp A-hàm* với "Nhiếp sự phần", thứ năm trong năm phần của *Du-già sư địa*, mà ông gọi là "Bản mẫu của *Tạp A-hàm*".[25] Bản mẫu, tức Sanskrit *Mātṛkā*, phiên âm là ma-đát-lí-ca 摩呾理迦. Đó là thể Thánh điển phân tích giải thích, diễn giải những giáo nghĩa Phật nói trong các kinh mà ý nghĩa ẩn tàng chưa được rõ.[26] Thể loại này phát triển dần thành Thánh điển Luận tạng.

Nói cách khác, Bản Mẫu của *Tạp A-hàm* được biên tập trong *Du-già sư địa* là phác đồ giải thích những giáo nghĩa ẩn tàng mà Phật đã dạy được kết tập trong *Tạp A-hàm*. Xem thế cũng đủ thấy tầm quan trọng của bộ phận Thánh điển này đối với giáo

---

[25] Lữ Trừng, *Tạp A-hàm kinh san định ký*, Phật học luận trước tuyển tập I, tr. 17.

[26] *Du-già sư địa* 85 T30 tr. 773: 當說契經摩呾理迦。為欲決擇如來所說。如來所稱所讚所美先聖契經。譬如無本母字義不明了。如是本母所不攝經。其義隱昧義不明了。與此相違義即明了。是故說名摩呾理迦。

nghĩa căn bản của các nhà Đại thừa Du-già hành (Duy thức).[27]

II. TIỂU SỬ PHIÊN DỊCH

Đơn bản của *Tạp A-hàm* được truyền dịch rất sớm bởi An Thế Cao. Các bản Hán dịch đầu tiên xuất xứ từ *Tạp A-hàm* và hiện ấn hành trong Đại chánh tạng, được ghi nhận trong bản mục lục cổ nhất bởi Đạo An, và rồi được ghi lại bởi Tăng Hựu,[28] có thể kể:

No105. *Ngũ ấm thí dụ kinh,* 1 quyển.

No109. *Chuyển pháp luân kinh,* 1 quyển.

No112. *Bát chánh đạo kinh,* 1 quyển.

Các kinh này đều do An Thế Cao dịch, trong khoảng dương lịch 148-170. Ngoài ra trong Đại chánh tạng cũng ấn hành một bản dịch khác, No 101 *Tạp A-hàm,* 1 quyển, gồm 27 kinh, không rõ dịch giả, nhưng được phỏng định là bởi dịch giả vào thời đại Ngô Ngụy (Tam quốc).

Bản dịch khác, No 100, *Biệt dịch Tạp A-hàm,* gồm 16 quyển, không rõ dịch giả, được phỏng định vào đời Tần. Nhưng theo *Câu-xá luận kê cổ,* dẫn bởi Ấn Thuận, cho rằng xét theo thể tài dịch văn, Kinh có thể được phiên

---

[27] Chính nhờ những giải thích *của Du-già sư địa,* đồng thời đối chiếu với Samyutta-nikāya, bản dịch Việt có thể lý giải được một số điểm mơ hồ hay bất xác trong bản dịch Hán.

[28] *Xuất tam tạng ký tập,* quyển 1, T55 tr. 6a.

dịch trong khoảng thời đại Ngụy Tấn (dl. khoảng 220-); hoàn toàn không có ngữ khí của thời Đông Tấn về sau (dl. khoảng 316-). Phỏng định thời Tần là do bởi *Khai nguyên lục*, căn cứ ghi chú trong Kinh nói "*tì-lê*, tiếng nước Tần gọi là *hùng*".[29] Pháp Tràng cũng đề nghị nên gọi đúng tên kinh là *Tiểu bản Tạp A-hàm*, vì ngắn hơn so với bản 50 quyển.

Sau Đạo An, các dịch giả sơ kỳ truyền dịch Hán tạng cũng lần lượt nối tiếp nhau phiên dịch một số bản kinh từ *Tạp A-hàm*, gọi chung là các bản đơn hành, hay đơn dịch. Như cuối đời Hán đến cuối đời Tấn, có Chi Diệu (Hậu Hán, dl. 185-) Chi Khiêm (Ngô, dl. 223-294), Pháp Hộ (dl. 294), Pháp Cự (dl. 290-306), Đàm Vô Lan (dl. 381-395),... Đường, Tống về sau được kế tục bởi Huyền Trang (Đường, dl. 661), Nghĩa Tịnh (Đường, dl. 710), Thi Hộ (Tống, dl. 980), Pháp Hiền (Tống, dl. 1001),...[30]

Nguyên bản Phạn của bản Hán dịch *Tạp A-hàm* bởi Cầu-na-bạt-đà-la được nói, theo Trường Phòng, là do Pháp Hiển mang về. Trường Phòng cũng ghi chú rằng điều này chép theo *Tề Ngụy lục* của Đạo Huệ.[31] Đây là bản mục lục do Đạo Huệ biên tập dưới thời đại Nam Tề, sưu tập đề kinh của các bản dịch thực hiện khoảng cuối Đông Tấn

---

[29] Pháp Trang (Nhật Bản), *A-tì-đạt-ma câu-xá luận kê cổ*, T64 tr. 446a25.

[30] Xem "Thư mục đối chiếu".

[31] Phí Trường Phòng, *Lịch đại Tam bảo kỷ 10*, T49 tr. 91a24: 雜阿含經五十卷(於瓦官寺譯。法顯齎來。見道慧宋齊錄).

đến đầu Nam Tề, dl. khoảng nửa đầu thế kỷ 5. Bản kinh lục này đã thất lạc nên khó khảo cứu tính chân thực của nó. Mặc dù *Pháp Hiển truyện*[32] cũng có chép rằng trong khi lưu trú tại đảo Sư tử, Tích-lan ngày nay, Pháp Hiển sưu tập được bộ Luật của Di-sa-tắc bộ, *Trường A-hàm* và *Tạp A-hàm*; nhưng sự kiện Cầu-na-bạt-đà-la căn cứ theo bản Phạn mà thực hiện Hán dịch thì không thấy nhắc đến trong *Xuất Tam tạng ký tập* của Tăng Hựu, và *Cao tăng truyện* của Huệ Hạo, vì vậy nhiều nhà nghiên cứu không lấy thế làm chắc.[33]

Cầu-na-bạt-đà-la (*Guṇabhadra*, Hán dịch: Công Đức Hiền)[34], gốc Trung Ấn, thuộc dòng họ Bà-la-môn; thủa nhỏ học các luận thư, các ngành học thuật thiên văn, thuật toán, y phương, chú thuật, không thứ gì không bác lãm. Về sau, do tình cờ đọc *A-tì-đàm Tạp tâm luận*, bèn cảnh ngộ, quay trở lại sùng tín Phật pháp. Vì gia thế thuộc Ngoại đạo, nên Sư trốn nhà, lánh đi tầm thầy học đạo. Một thời gian sau đó, chuyển hướng học tập Đại thừa.

Dưới triều Lưu Tống, trong khoảng niên hiệu Nguyên Gia 12 (dl. 435), do ngả đường ngang qua đảo Sư tử (Tích-lan), Sư đến đất Quảng Châu. Thứ sử Quảng Châu bấy giờ là Xa Lãng biểu tấu lên vua. Văn đế sai sứ đón Sư về Nam

---

[32] *Cao tăng Pháp Hiển truyện*, T51 tr. 865c24.
[33] Ấn Thuận, *Tạp A-hàm kinh hội biên*, tập 1, tr. 3.
[34] Tiểu truyện chép bởi Huệ Hạo, *Cao tăng truyện 3*, T50 tr 344a5 tt.

kinh, trú tại chùa Kỳ Hoàn. Tại đây,[35] quy tụ các tăng sỹ người Hoa tinh thông nghĩa học cộng tác với Sư khởi sự phiên dịch *Tạp A-hàm*.

Ngoài *Tạp A-hàm*, Sư còn dịch nhiều kinh khác nữa; tổng cộng tất cả, theo mục lục của Tăng Hựu, gồm 17 bộ, 73 quyển; Sa-môn Bảo Vân, và đệ tử Bồ Đề, Pháp Dũng truyền ngữ.[36]

Về dịch văn của Cầu-na-bạt-đà-la, nói chung, được tán dương là "Truyền dịch tự cú tuy chất phác nhưng lý thì vi diệu uyên bác." Tuy đây là tán dương cho bản dịch kinh *Thắng-man* nhưng cũng có thể chỉ chung cho toàn bộ sự nghiệp phiên dịch của Sư. Tuy có lời tán dương như vậy, mặc dù trong mức độ khiêm tốn, bản Hán dịch *Tạp A-hàm* của Cầu-na-bạt-đà-la chứa đựng nhiều từ ngữ bất xác, nhiều đoạn văn mơ hồ. Nếu không đọc được những dẫn chứng và giải thích bởi *Du-già sư địa*, và những tham khảo *Samyutta-nikāya*, đối chiếu theo đoạn mạch tương đương, thì những điểm bất xác, mơ hồ ấy khó mà thông suốt. Dù sao, nếu so với bản dịch kinh *Lăng-già* 4 quyển, thì văn dịch của Cầu-na-bạt-đà-la trong *Tạp A-hàm* sáng tỏ hơn nhiều. Những nhầm lẫn, hoặc do phát âm không chuẩn, hoặc không nắm vững ý nghĩa của từ Phạn hay không hiểu hết ý của đoạn văn; những nhầm lẫn sai sót này nếu được phát hiện, theo thiển kiến của người hiệu

---

[35] *Lịch Tam bảo ký 10*, dẫn thượng, chép là dịch tại chùa Ngõa Quan; bản Phạn do Pháp Hiển mang về.
[36] *Xuất tam tạng ký tập 2*, T55 tr. 12c17-13a5.

chú, trong bản dịch Việt sẽ có ghi ở chú thích, đây không cần thiết chỉ xuất.

Văn dịch Hán của Cầu-na-bạt-đà-la cũng được kể là một trong các lý do khiến các nhà nghiên cứu Phật học Trung quốc thời cổ không mấy trọng thị, cho là kinh điển thuộc bộ loại "Tiểu thừa thấp kém".[37]

Nhiều vị nghiên cứu Phật học Việt Nam thời cận đại cũng do ảnh hưởng này mà ít lưu tâm học tập, nghiên cứu; hậu quả là một phần thiếu hiểu biết về căn bản giáo lý nguyên thủy, và do đó sở học Đại thừa trở thành lâu đài dựng trên bãi cát. Điều này đã được bổ túc bởi các bản dịch Nikāya của Ht. Thích Minh Châu, trong đó đại bộ phận nội dung giáo nghĩa của các kinh được tìm thấy tương đương trong các bản Hán dịch. Bản dịch Việt, cùng với các chú thích đối chiếu, hy vọng góp thêm tài liệu nghiên cứu, để cho sự học Phật tiến đến nhận thức có cơ sở nguyên thủy, hay gần với nguyên thủy hơn. Đây là điều không thể thiếu, kể trên hai phương diện, nghiên cứu và tu tập.

Các bản Việt dịch từ Hán, thuộc bộ loại A-hàm, cũng rất cần thiết để nghiên cứu Luận tạng của các bộ phái, vốn là nền văn hiến rất phong phú của Phật giáo, mà trong đó truyền thống Pāli chỉ được kể là một bộ phận nhỏ. Bởi vì

---

[37] Xem Hy-bá-nhĩ-liệt-khắc 希爾伯列克 (?), *Sử niệm nguyên thủy Phật pháp*; Nguyên Thủy Phật giáo hiệp hội trù bị hội, Đài loan 1990.

do trường kỳ đối diện với các hệ tư tưởng tôn giáo, triết học phát triển trong truyền thống tư duy Ấn-độ, nhất là từ thế kỷ I dương lịch, các Luận sư Phật giáo luôn luôn tự thấy phận sự thiêng liêng là phá tà hiển chánh; điều này rất hạn chế trong truyền thống Pāli. Lịch sử Phật học chứng kiến sự quay trở về với Kinh tạng của Kinh lượng bộ (*Sautrāntika*), chỉ trích Hữu bộ (*Sarvāstivāda*) quá chú trọng tranh biện, tất nhiên là gián tiếp bị tác động bởi các hệ tôn giáo triết học đồng thời, mà nhiều khi đi quá xa mục đích thuyết giáo của Phật. Trong Đại thừa cũng vậy, các nhà Trung luận hậu kỳ nỗ lực đưa các luận điểm Phật học trở về y cứ Kinh tạng nguyên thủy, để tránh nhận thức nhầm lẫn với các luận thuyết của Số luận, Thắng luận, v.v... Nếu không có nhận thức căn bản về giáo lý nguyên thủy được kết tập trong các A-hàm, điều này không dễ gì nắm bắt.

Do các công phu nghiên cứu cận đại và hiện đại, trong số đáng kể là phát hiện của Lữ Trừng về sự liên hệ kinh văn và giáo nghĩa giữa *Tạp A-hàm* với "Nhiếp sự phần" trong *Du-già sư địa*, và gợi hứng từ phát kiến này, Ấn Thuận biên tập *Tạp A-hàm kinh hội biên*, hiện nay văn nghĩa *Tạp A-hàm* trở nên sáng tỏ. Đây cũng thuận duyên cho những vị cần có cơ sở giáo nghĩa nguyên thủy để tiến đến các giáo nghĩa phát triển hậu kỳ.

TOÁT YẾU NỘI DUNG
CÁC TƯƠNG ƯNG

I. *Tạp A-hàm* và *Du-già sư địa* Nhiếp sự phần

Kể từ khi Lữ Trừng phát biểu về sự liên hệ giữa *Tạp A-hàm* và *Du-già sư địa luận* Nhiếp sự phần[38], và gợi hứng từ đó, Ấn Thuận biên tập đối chiếu rất công phu tác phẩm *Tạp A-hàm kinh hội biên*; tác phẩm này trở thành cơ sở cho những nghiên cứu về *Tạp A-hàm* trong Hán tạng.

Luận *Du-già sư địa*, bản Hán dịch của ngài Huyền Trang, gồm 100 quyển, được chia làm năm phần: Bản địa phần, Nhiếp quyết trạch phần, Nhiếp thích phần, Nhiếp dị môn phần, và Nhiếp sự phần.

Trong đó, Nhiếp sự phần (skt. *vastu-saṃgrahaṇī*) gồm từ quyển 85-100. Nội dung tổng quát bao gồm ba thể loại Thánh điển (*vastu*): Tố-đát-lãm sự hay Khế kinh sự (skt. *sūtra-vastu*), Tỳ-nại-da sự (skt. *vinaya-vastu*), và Ma-đát-lí-ca sự (skt. *mātṛkā-vastu*).

---

[38] Lữ Trừng, *Tạp A-hàm san định ký*, Chi-na nội học viện, 1923.

Khế kinh sự, về thể loại, có 24 bộ phận Khế kinh: Biệt giải thoát khế kinh (*prātimokṣa-sūtra*), tức giới bản tỳ-kheo và tỳ-kheo-ni; Sự khế kinh (*vastu-sūtra*), chỉ tập hợp bốn A-hàm; Thanh văn tương ưng khế kinh, chỉ các kinh điển chứa đựng giáo nghĩa Thanh văn thừa; Đại thừa tương ưng khế khinh, các kinh chứa đựng giáo nghĩa Đại thừa; các thể loại còn lại được phân loại theo nội dung hoặc hình thức, thuyết liễu nghĩa (*nītārtha-sūtrānta*) hay chưa liễu nghĩa (*neyārtha-sūtrānta*), thuyết tóm lược hay chi tiết, thuyết sâu hay cạn, v.v...

Sự (*vastu*) ở đây được nêu rõ gồm 9 sự,[39] tức 9 thể tài giáo nghĩa: năm uẩn, 12 xứ, 12 chi duyên khởi, 4 thực, 4 Thánh đế, vô lượng giới, những điều sở thuyết bởi Phật và Thánh đệ tử, 4 niệm trụ, và 8 chúng. Chín thể tài này được Nhiếp sự phần phân loại thành 4 khoa mục:

1. *Hành trạch nhiếp*: quyển 85-88, tương đương *Tạp A-hàm*, tụng I. Năm uẩn, bao gồm các tương ưng, 1. Năm uẩn, 2. La-đà, 3. Kiến; bản Hán các quyển, 1, 10, 3, 2, 5, 6, 7, theo thứ tự các tương ưng đã được chỉnh lý.[40]

2. *Xứ trạch nhiếp*: quyển 88-92, tương đương *Tạp A-hàm* tụng II. Sáu xứ, bao gồm các tương ưng, 4. Sáu xứ; bản Hán các quyển 8, 9, 11, 13, 43.

3. *Duyên khởi – thực – đế – giới – trạch nhiếp*: tương đương *Tạp A-hàm*, tụng III. Nhân duyên, gồm các tương

---

[39] Xem đoạn trên, "Lịch sử truyền dịch", tr. 4.
[40] Xem bảng Mục lục chỉnh lý.

ưng, 5. Nhân duyên, 6. Tứ đế, 7. giới, 8. Thọ; bản Hán, các quyển 12, 14-17; và tụng IV. Đệ tử sở thuyết, gồm các tương ưng, 9. Xá-lợi-phất, 10. Mục-kiền-liên, 11. A-na-luật, 12. Đại Ca-chiên-diên, 13. A-nan, 14. Chất-đa; bản Hán, các quyển 19-21.

4. *Bồ-đề phần pháp trạch nhiếp*: quyển 97-98, tương đương *Tạp A-hàm*, tụng V. Đạo phẩm, tụng VI. Bát chúng, gồm các tương ưng 15. Niệm xứ đến tương ưng 30. Bất hoại tịnh, bản Hán các quyển 24, 26-30.

Như vậy, Nhiếp sự phần của *Du-già sư địa* được thấy rõ là bản giải thích các giáo nghĩa cốt yếu như được kết tập trong *Tạp A-hàm*. Nhờ những giải thích này mà những từ hay những đoạn mơ hồ, bất xác trong bản Hán dịch *Tạp A-hàm* được hiểu rõ hơn. Thí dụ, từ "chánh vô gián đẳng" hay "vô gián đẳng" xuất hiện thường xuyên trong *Tạp A-hàm*, mà ý nghĩa của từ này không được rõ ràng theo ngữ cảnh. Trong kinh số 23, Hán dịch nói: *đoạn ái dục, chuyển khứ chư kết, chánh vô gián đẳng, cứu cánh khổ biên* 斷愛欲轉去諸結正無間等究竟苦邊. Trong đoạn hán dịch này, từ "chánh vô gián đẳng" muốn chỉ cho ý nghĩa gì? Giải thích đoạn kinh này, Nhiếp sự phần[41] nói: *chánh mạn hiện quán cố, cập nhất thiết khổ bản tham ái tùy miên vĩnh bạt trừ cố, danh dĩ tác khổ biên* 止慢現觀故。及一切苦本貪愛隨眠永拔除故。名已作苦邊。"Do bởi chân chánh hiện quán mạn, và do bởi vĩnh viễn nhổ sạch gốc rễ của hết thảy khổ là tham ái tùy miên, do bởi đó được

---

[41] *Du-già 85*, tr. 778a10.

nói là đoạn tận khổ." Đoạn văn của Nhiếp sự phần hoàn toàn phù hợp với nguyên văn Pāli (M.i.12): *acchecchi taṇhaṃ, vivattayi saṃyojanaṃ, sammā mānābhisamayā antamakāsi dukkhassā*, cắt đứt ái, hủy diệt kết sử, chân chánh hiện quán mạn, đoạn tận khổ biên.[42]

Nói một cách trung thực, thật khó mà tìm thấy những ngữ âm liên hệ với từ *abhisamaya* để có thể dịch là "vô gián đẳng", thay vì hiểu là hiện quán hay hiện chứng.

Giải thích các kinh số 1 đến 10, tập hợp thành phẩm thứ nhất trong "Tương ưng năm uẩn", Nhiếp sự phần tóm tắt các điểm chính của giáo nghĩa được thuyết trong bài tụng:

界說前行觀察果 愚相無常等定界
二種漸次應當知 非斷非常及染淨

Giới, thuyết, tiền hành, quán sát, quả,
Ngu tướng, vô thường đẳng định, giới,
Nhị chủng tiệm thứ ưng đương tri,
Phi đoạn phi thường cập nhiễm tịnh.

Trong các kinh này, đức Phật chỉ dạy các tỳ-kheo quán sát năm uẩn để đoạn trừ tham ái, đạt đến giải thoát. Năm uẩn được quán sát để có tri kiến như thật. Sự quán sát y trên bốn hành tướng của khổ đế, theo truyền thống Hữu bộ: vô thường, khổ, không, vô ngã.

Nhiếp sự phần trước tiên nêu lên "*giới*". Giới (*dhātu*) ở đây được hiểu là bản tính cố hữu, tức tri kiến trở thành

---

[42] Xem bản dịch Việt, kinh số 23, chú thích 30.

bản tính do bởi ảnh hưởng tà giải thoát. Những tà kiến này tác thành bốn loại chúng sanh, là đối tượng mà Phật giáo hóa. Để đối trị tà chấp thường kiến, và đoạn kiến, Phật dạy quán sát vô thường tính của các hành. Đối trị hạng tà kiến chấp hiện pháp niết-bàn, Phật dạy quán sát khổ, "cái gì vô thường, cái đó tất yếu là khổ". Đối trị tà chấp tát-ca-da kiến (skt. *satkāyadṛṣṭi*), đức Phật dạy quán sát vô ngã.

Điểm thứ hai được nêu trong bài tụng là "thuyết." Đó là pháp và luật được Phật thuyết một cách thiện xảo, nhất định dẫn đến giải thoát cứu cánh được chứng nghiệm bởi nội tâm. Phương tiện được Phật thuyết, là tu vô thường tưởng; y vô thường tu khổ tưởng; y khổ tu không; y không tu vô ngã tưởng. Nhân đó, chứng nhập Thánh đế hiện quán, đạt được chánh kiến, cho đến cuối cùng chứng đắc giải thoát cứu cánh.

Tiếp theo là "tiền hành". Giải thoát được dẫn đầu bởi hai pháp: kiến tiền hành và đạo quả tiền hành.

Tiếp theo là "quán sát"; bằng tám đề mục quán sát để đạt đến giải thoát: trong các hành, quán sát vị ngọt của ái, tai họa, và sự xuất ly, cùng với văn, tư, tư trạch lực, kiến đạo và tu đạo quán sát.

Điểm thứ tư, "quả", do đoạn phiền não và diệt khổ, có hai: quả đạt được do kiến sở đoạn, và quả đạt được do tu sở đoạn.

Thứ năm, ngu tướng; có hai đặc điểm hay dấu hiệu để nhận biết người ngu: không như thật biết điều đáng mong cầu; và ngược lại, phát sinh mong cầu điều không đáng mong cầu.

Thứ sáu, "quyết định" vô thường, khổ, không, vô ngã. Tức tính tất yếu của các hành.

Thứ bảy, "giới", tức năm ly hệ giới: đoạn giới, vô dục giới, diệt giới, hữu dư y niết-bàn giới, vô dư y niết-bàn giới.

Thứ tám, hai "tiệm thứ": 1. Trí tiệm thứ, nhận thức phát sinh theo tiệm thứ, do nhận thức vô thường mà biết khổ, do nhận thức khổ mà biết không, do nhận thức không mà biết vô ngã. 2. Trí quả tiệm thứ: bằng yếm nghịch tưởng mà đối trị các phiền não hiện hành; do tu tập yếm nghịch tưởng mà có ly dục; do ly dục mà giải thoát; do giải thoát phiền não tạp nhiễm mà cũng giải thoát tất cả khổ tạp nhiễm, đây gọi là biến giải thoát.

Thứ chín, "phi đoạn phi thường": các hành vô thường, đã sinh mà không đình trú, tương lai tất yếu diệt. Do bốn duyên mà các hành tiếp nối lưu chuyển: nhân duyên, đẳng vô gián duyên, sở duyên duyên và tăng thượng duyên. Tổng quát, hai điều kiện chi phối: nhân và duyên.

Thứ mười, quán sát "tạp nhiễm": bằng ba yếu tố và hai đức tính mà quán sát hết thảy sự tạp nhiễm và thanh tịnh. Ba yếu tố: bằng quán sát vị ngọt của ái mà quán sát nhân duyên của tạp nhiễm; bằng quán sát sự tai hại mà quán sát nhân duyên thanh tịnh trong các hành; và bằng quán sát sự xuất ly mà quán sát thanh tịnh trong các hành. Hai đặc tính: 1. Như sở hữu tính (skt. *yathāvad-bhāvikatā*), những gì được thấy là như thực trong các hành, ở đây là vị ngọt, tai họa và sự xuất ly trong các hành; 2. Tận sở hữu tính (skt. *yāvad-bhāvikatā*), tất cả những gì tồn tại, như là tồn tại các hành, thảy đều có vị ngọt, có tai họa, và có sự xuất ly.

Như vậy, Nhiếp sự phần giải thích sự tu tập quán sát năm uẩn mà đức Phật đã dạy một cách ngắn gọn trong các kinh, phân tích trong mười đề mục. Nhờ vậy, giáo nghĩa được hiểu rõ hơn, và do đó, sự tu tập được hướng dẫn cụ thể hơn.

II. Toát yếu nội dung

Căn cứ theo Tựa *Trường A-hàm* của Tăng Triệu, Lữ Trừng san định phẩm mục *Tạp A-hàm* thành bốn phần, mười tụng. Ấn Thuận, *Tạp A-hàm kinh hội biên*, không chia thành các phần, mà chỉ san định thành bảy tụng, 51 tương ưng. Bản Việt khoa mục thành tám tụng, 47 tương ưng.[43]

Tụng I. Năm uẩn

Gồm ba tương ưng. Trong đó, 2 tương ưng La-đà và Kiến được Ấn Thuận đặt vào tụng vi. "Đệ tử sở thuyết."

1. **Tương ưng năm uẩn**, 112 kinh, chủ yếu y trên ba đặc tính vô thường, khổ, vô ngã – sau đó thêm đặc tính không – mà quán sát năm uẩn. Do như thật quán sát mà đạt được chánh kiến, chánh tư duy, sanh tâm yểm ly, và cuối cùng đạt được tâm giải thoát. Phương pháp quán

---

[43] Xem Mục lục đối chiếu I & II.

sát là sự thiện xảo trong bảy đề mục (thất xứ thiện, Pāli: *sattathānakusala*) và ba phương diện (*tam quán nghĩa*, Pāli: *tividhūpaparikkhī*): như thật biết năm uẩn, biết sự tập khởi của chúng, biết sự diệt tận và con đường dẫn đến sự diệt tận; đồng thời quán sát năm uẩn theo ba phương diện: vị ngọt, sự tai hại và sự xuất ly đối với năm uẩn. Do quán sát như thật năm uẩn như vậy mà dần dần đạt đến Thánh đế hiện quán. Do hiện quán Thánh đế mà chứng đắc Tu-đà-hoàn, cho đến A-la-hán.

2. ***Tương ưng La-đà***. Trong *Hội biên*, Ấn Thuận đặt tương ưng này vào tụng vii: "Như lai sở thuyết". La-đà lúc bấy giờ là thị giả của Phật, trong thời gian Phật trú trong núi Ma-câu-la. Tôn giả hỏi riêng Phật về ý nghĩa hữu lậu, và đoạn khổ; được Phật giảng giải duyên khởi năm chi bắt đầu từ ái; và ý nghĩa biến tri để đoạn khổ. Phần lớn các kinh trong tương ưng này được Phật thuyết do sự tiếp xúc giữa La-đà và nhiều nhóm ngoại đạo. Sau mỗi thảo luận, La-đà về trình lại với Phật, để cầu ấn chứng những điều đã phát biểu. Các đề tài thảo luận liên hệ đến mục đích các Thánh đệ tử theo Phật xuất gia. Nội dung các phát biểu của La-đà đều nhắm đến quán sát như thật năm thủ uẩn. Phật chỉ dẫn La-đà tu tập quán sát năm thủ uẩn để diệt tận ái dục, chuyển y chúng sanh tánh, thoát khỏi lệ thuộc Ma.

Ba kinh cuối của tương ưng này, kinh số 132-134, Phật giảng chung cho các tỳ-kheo.

3. ***Tương ưng kiến.*** Ấn Thuận đặt vào tụng vii: "Như lai sở thuyết." Vô minh (Pāli: *avijjā*) và hữu ái (*bhavataṇhā*), mà biên tế tối sơ không thể biết, là hai động cơ chính của lưu chuyển sanh tử. Hai yếu tố này tồn tại do bởi tồn tại ngã. Ngã chấp khởi lên từ sáu xứ: không như thật biết 1. Sắc, 2. Thọ, 3. Tưởng; 4. Từ những gì được thấy, nghe, giác tri, nhận thức, sở cầu, sở đắc, truy ức; 5. Chấp thế gian thường hằng, không biến dịch; 6. Mong rằng ta đã không tồn tại, đang không tồn tại hay sẽ không tồn tại.[44]

Do y sáu xứ này mà khởi các dị thuyết; như các thuyết của Lục Sư, và các thuyết khác như 62 kiến chấp, được nói chi tiết trong *Trường A-hàm*.

Các bồ-đề phần, như bốn niệm trụ, bốn chánh đoạn, năm căn, lực, v.v., được tu tập thảy đều y trên năm uẩn làm đối tượng quán sát.

Tụng II. Sáu xứ

Tụng II, chỉ có một tương ưng: tương ưng sáu xứ, có 152 kinh bao gồm các kinh Đại chánh 188-225 (quyển 8-9), kinh 273-282 (quyển 11), 304-342 (quyển 13), kinh 1164-1177 (quyển 43). Tương đương Pāli, *Samyutta Nikāya v. Salāyatanavaggo.*

Quán sát sáu nội xứ là vô thường, khổ, không, phi ngã, phát sanh chánh kiến, chánh tư duy, khiến tâm yếm ly, do yếm ly mà ly hỷ tham, tâm giải thoát.

---

[44] Xem Đại Tỳ-bà-sa 138, tr. 713b02.

Mắt và sắc là hai pháp. Duyên mắt và sắc, nhãn thức phát sanh. Tập hợp ba này là xúc. Từ xúc, phát sanh thọ, tưởng, tư. Như vậy, xuất hiện năm uẩn, là khối lớn thuần khổ.

Từ xúc phát sanh thọ; duyên thọ phát sinh ái, cho đến già-chết; đó là duyên khởi bảy chi.

Mắt được ví như biển lớn. Sắc được ví như sóng cả. Chúng sanh bị nhận chìm trong đó.

Thánh đệ tử đa văn quán sát và biết như thật về mắt, tập khởi của mắt, sự diệt tận của mắt, con đường dẫn đến diệt tận; biết như thật vị ngọt của mắt, sự tai hại và sự xuất ly nơi mắt.

Nói thế gian, chính là nói về sáu xứ.

Khổ và lạc không tự tạo, không do kẻ khác tạo, mà do nhân duyên hòa hiệp. Nhân duyên đó là duyên mắt và sắc, nhãn thức phát sanh; ba sự hòa hiệp xúc phát sanh thọ. Thọ có khổ, lạc và phi khổ phi lạc.

Do phòng hộ căn môn tức sáu nội xứ mà tu tập bốn niệm trụ, và các bồ-đề phần, cho đến bảy giác chi, Thánh đạo tám chi.

Liên hệ sáu xứ, y trên sáu xứ, có sáu ngoại xứ, sáu thức thân (*cha viññāṇakāyā*), sáu xúc thân (*cha phassakāyā*), sáu thọ thân (*cha vedanākāyā*), sáu tưởng thân (*cha saññākāyā*), sáu tư thân (*cha sañcetanākāyā*), sáu ái thân (*cha taṇhākāyā*), 18 cận hành (*upavicāra*) gồm sáu hỷ (*cha somanassa-upavicārā*), sáu ưu (*cha domanassa-upavicārā*) và sáu xả (*cha upekkhā-upavicārā*).

Cũng y trên sáu xứ mà có sáu hằng trụ (cha satatavihārā), an trụ xả với chánh niệm, chánh tri.

Nhị Thập Ức Nhĩ do y sáu xứ mà tu tập không hoãn không cấp như người lên giây đàn không căng, không chùng. Do phòng hộ sáu xứ mà Phú-lâu-na kham nhẫn trước sự thô bạo của dân chúng khi hành đạo ở phương tây.

Tỳ-kheo phòng hộ sáu xứ như con rùa thu thúc sáu chi để tự vệ. An trụ thân niệm xứ để kiểm soát sáu căn, như người buộc sáu con vật (chó, chim, rắn độc, dã can, cá sấu và khỉ) vào một cọc trụ.

Sáu nội và ngoại xứ như hai bờ sông mà lòng sông là Dục ái, Sắc ái và Vô sắc ái; trong đó đầy tràn tro nóng là ba bất thiện tầm: dục, nhuế và hại. Vượt cả hai bờ sông để đi đến nơi an toàn là giải thoát.

Tụng III. Nhân duyên.

Gồm bốn tương ưng: 5. Tương ưng nhân duyên, 6. Tương ưng đế, 7. Tương ưng giới, 8. Tương ưng thọ.

5. **Tương ưng nhân duyên**, nói về duyên khởi, mà phần nhiều nói về duyên khởi năm chi, kể từ ái. Do quán vô thường, quán trụ, sanh, diệt, quán vô dục, quán tịch diệt, quán xả, không sanh luyến tiếc, tâm không hệ lụy, ái diệt; ái diệt thì thủ diệt, cho đến khổ diệt.

Một số kinh nói về duyên khởi bảy chi, bắt đầu từ xúc.

Một số kinh nói đến 9 hoặc 10 chi, bắt đầu từ thức duyên danh sắc, hoặc danh sắc duyên thức. Ba pháp hỗ tương y trì như ba cọng lau tựa nhau mà đứng.

Duyên khởi hoàn chỉnh gồm 12 chi, kể từ vô minh. Pháp duyên khởi được định nghĩa là "cái này có, cái kia có", tức duyên vô minh có hành, cho đến ưu, bi, khổ, não. Pháp duyên khởi được tuyên bố là "Dù các Như lai có xuất hiện hay không xuất hiện, pháp giới này (pháp duyên khởi) vẫn thường trú. Đó là pháp trụ, pháp vị."

Trong tương ưng này cũng gồm một số kinh nói về bốn loại thức ăn (bản Việt, kinh số 343-44, và 370-377), mà Lữ Trừng khoa mục thành Tụng iv. Thực. Các kinh này đều được Ấn Thuận đặt trong Tương ưng Nhân duyên.

Nhân, tập, sanh, duyên[45] của bốn loại thức ăn này trực tiếp từ ái, lần lên cho đến thức.

6. Tương ưng đế, tập hợp các kinh liên hệ đến bốn Thánh đế; bài pháp đầu tiên được Phật thuyết trong vườn nai. Do hiện quán Thánh đế mà đoạn trừ ba kết, chứng đắc Tu-đà-hoàn.

Những pháp mà Phật giác ngộ nhiều như lá cây trong rừng; những gì được Phật thuyết thì ít như lá trong nắm tay. Phật chỉ nói những gì thiết thực để các đệ tử tu tập,

---

[45] Pāli: *kiṃnidāno kiṃsamudayo kiṃjātiko kiṃpabhavo*, cái gì làm duyên do, cái gì làm tập khởi, cái gì làm phát sanh, cái gì làm chuyển hiện? Trong truyền thống Hữu bộ, nhân-tập-sanh-duyên, hay nhân-tập-hữu-duyên (skt. *hetu-samudaya-prabhava-pratyaya*) là bốn hành tướng của tập đế.

hướng thẳng đến Niết-bàn. Tức những điều cần tu tập để có thể hiện quán Thánh đế.

Những đề tài luận nghị như thế gian thường hay vô thường, v.v., và nhiều đề tài khác nữa, chúng không dẫn đến Niết-bàn, vì vậy hãy nên học và tu tập để hiện quán Thánh đế.

Một nghìn mặt trời thành một tiểu thiên thế giới. Có nhiều tiểu thiên như vậy. Giữa hai tiểu thiên có một khoảng không gian cực kỳ tối tăm cho dù có đến một nghìn mặt trời cùng lúc cũng không rọi sáng nơi đó được. Sự không thấy biết bốn Thánh đế còn tối tăm đáng sợ hơn thế.

Như người lên nhà nhiều tầng cần theo thứ tự đi lên; cũng vậy hiện quán Thánh đế theo tiệm thứ: khổ, tập, diệt, đạo.

Một hòn đất bằng hạt cải trong lòng tay đức Phật thì quá ít so với tất cả đất trong núi Tuyết; cũng vậy, số lượng chúng sanh thấy biết bốn Thánh đế cũng ít như vậy so với những hạng chưa biết.

7. **Tương ưng giới**, giới (*dhātu*) là yếu tố tác thành một pháp. Số lượng pháp vô tận nên giới cũng vô tận. Những yếu tố tương thích tập hợp thành một chủng loại, như vàng tụ lại trong mỏ vàng, than trong mỏ than. Chúng sanh được phân loại theo giới. Thiện tụ với thiện; tâm cao tụ với tâm cao, hẹp tụ với hẹp.

Chúng đệ tử Phật cũng vậy. Những vị có xu hướng trí tuệ thì thân cận với Xá-lợi-phất; có xu hướng trì luật thì thân cận Ưu-ba-li; xu hướng biện tài, thuyết pháp thì thân cận A-na-luật.

Trong các pháp, những yếu tố để nhìn, tụ thành nhãn giới; để được nhìn, tụ thành sắc giới. Cho đến ý thức giới và pháp giới. Hết thảy pháp được bao gồm trong 18 giới.

Có bảy loại giới: quang giới (ánh sáng), tịnh giới, không vô biên giới, vô sở hữu xứ giới, phi tưởng phi phi tưởng xứ giới, tưởng thọ diệt giới (*sattimā dhātuyo - ābhādhātu, subhadhātu, ākāsānañcāyatanadhātu, viññāṇañcāyatanadhātu, ākiñcaññāyatanadhātu, nevasaññānāsaññāya-tanadhātu, saññāvedayita-nirodhadhātu*). Đó là những yếu tố nhận thức được do thiền và định.

Có ba giới: Dục, Sắc và Vô sắc. Những giới này hình thành thế giới; hình thành do thủ (*upādāna*), do nghiệp được tích lũy.

Có sáu giới: đất, nước, lửa, gió, hư không và thức. Những giới này tác thành sinh mạng của hữu tình.

8. *Tương ưng thọ*, Lữ Trừng không san định thành một tương ưng riêng.

Ba thọ là khổ, lạc, và không khổ không lạc. Thấy biết rõ về nhân, tập, sanh, duyên của chúng, thì không còn kết sử ngã, ngã sở, ngã mạn.

Phàm phu chịu khổ thọ cả nơi thân và tâm. Thánh đệ tử do thân xúc mà phát sanh khổ thọ, nhưng nơi tâm không sanh khổ thọ.

Như quán trọ là nơi tá túc đủ hạng người, từ cực sang đến cực hèn; cũng vậy, thân là nơi tụ tập đủ các loại cảm thọ.

Có ba nhân duyên sanh thọ: dục, cho cảm thọ trong Dục giới; tầm (tầm-tứ, pāli: *vitakka-vicāra*) cho Sắc giới; và xúc cho Vô sắc giới. Khi xúc lắng xuống, tịch tĩnh, bấy giờ vượt qua Hữu đỉnh.

Cảm thọ của chúng sanh cũng phát sanh do nhân duyên mười tà: từ tà kiến cho đến tà định, tà giải thoát và tà trí.

Tụng IV. Đệ tử sở thuyết.

Thuộc tụng vii trong *Tạp A-hàm hội biên*. Tập hợp các kinh được thuyết, được thảo luận giữa các đệ tử. Nội dung bao gồm nhiều vấn đề khác nhau, từ mục đích xuất gia, uẩn, xứ, giới, duyên khởi, cho đến Niết-bàn.

Trong Pāli, không có khoa mục riêng biệt này. Các kinh do các Thánh đệ tử thuyết, như Xá-lợi-phất, Mục-kiền-liên, A-na-luật, v.v., được kết tập tản mạn trong các Vagga mà nội dung có liên hệ.

9. ***Tương ưng Xá-lợi-phất***, tập hợp các kinh được thuyết bởi Xá-lợi-phất, với ngoại đạo Diêm-phù-xa (*Jambukhādaka-paribbājaka*), về những gì khó hành trong Thánh pháp, mục đích xuất gia, nghĩa A-la-hán, nghĩa vô minh, hữu thân (*sakkāya*), khổ, bộc lưu, ách (*ogha*), và nhiều giáo nghĩa khác nữa.

Giảng cho các tỳ-kheo về trường hợp đạt được vô lượng tam-muội (*santaṃ cetovimutti*: tịch tĩnh tâm giải thoát), mà không diệt được hữu thân kiến (*sakkāyanirodha*); về tỳ-kheo a-lan-nhã mà còn khởi ái dục nơi tịnh tướng như người chèo thuyền ngược dòng; và nhiều đề tài khác nữa, như phá giới, tranh chấp, cử tội,... Chỉ điểm thiếu sót của Đề-bà-đạt-đa khi thuyết pháp; trả lời nữ ngoại đạo Tịnh Khẩu (*Suvikhukha*) về sinh hoạt chánh mạng và tà mạng.

10. ***Tương ưng Mục-kiền-liên***, tập hợp các kinh Mục-kiền-liên giảng cho các tỳ-kheo; pháp thoại với Xá-lợi-phất, A-nan; với Thiên đế Thích và chư thiên; phát biểu những điều được thấy về các chúng sanh hiện thọ quả báo, mà nhiều tỳ-kheo không thấy được nên không tin cho là phạm tội đại vọng ngữ. Phật xác nhận những gì Mục-kiền-liên thấy là chân thật.

11. ***Tương ưng A-na-luật***, trao đổi kinh nghiệm tu tập về bốn niệm trụ giữa A-na-luật với Đại Mục-kiên-liên, Xá-lợi-phất và A-nan.

12. ***Tương ưng Đại Ca-chiên-diên***, về nguyên nhân xung đột xã hội; giá trị đạo đức và tuổi tác; về sự bình đẳng giữa các đẳng cấp xã hội; về tu tập biến xứ định (*kasiṇa-samāpatti*); về tu tập sáu tùy niệm: niệm Phật, niệm Pháp, niệm Tăng, niệm giới, niệm thí và niệm thiên; về sáu nội xứ là dòng nước cuốn ô nhiễm và ba hòa hiệp xúc là nguồn ô nhiễm; về ái tận giải thoát (*taṇhākkhayavimutti*); về bốn bất hoại tín.

13. *Tương ưng A-nan*, giảng cho các tỳ-kheo và tỳ-kheo-ni về vô tướng tâm tam-muội (*animittā samādhi*); về tu tập chỉ và quán (*samatha-vipassanā*) liên hệ bốn chi; ý nghĩa dục (*chanda*) và ái dục (*taṇhā-chanda*). Đối với chủ trương diệt nghiệp bằng khổ hành của Ni-kiền tử, A-nan nói về ba sự diệt tận thanh tịnh (*tisso nijjarā visuddhiyo*): an trụ ba-la-đề-mộc-xoa, chứng và trú bốn thiền; như thật biết bốn Thánh đế. Giảng cho một tỳ-kheo-ni có tâm ái dục về sự đoạn tận thức ăn (*āhāra*), đoạn tận ái dục, đoạn tận kiêu mạn, vốn là những sở y tác thành thân này. Giảng cho các niên thiếu về bốn thanh tịnh cần chi (*pārisuddhipadhāniyaṅga*): giới thanh tịnh, tâm thanh tịnh, kiến thanh tịnh và giải thoát thanh tịnh.

14. *Tương ưng Chất-đa-la*. Chất-đa-la là một cư sĩ, chứng đắc A-na-hàm, được Phật khen là thuyết pháp đệ nhất trong số các đệ tử tại gia. Tương ưng này tập hợp những thảo luận giáo lý giữa ông và các tỳ-kheo, giải thích những điều Phật dạy, như vô lượng tâm, vô lượng tướng, vô sở hữu, ba tam-muội, v.v., cho đến, thứ tự nhập và xuất diệt tận định. Sau khi chết, ông tái sinh lên Tịnh cư thiên, trong tầng Vô phiền thiên.

Tụng V. Đạo phẩm

Tụng có 10 Tương ưng gồm các kinh liên hệ đến Bồ-đề phần, hay đạo phẩm (Pāli: *bodhipakkhiyā dhammā*) như Niệm xứ, Căn, Lực, Giác chi, v.v...

15. **Tương ưng niệm xứ**, tập hợp các kinh Phật dạy tu tập bốn niệm trụ và kết quả đạt được do tu tập.

16. **Tương ưng căn**. Ba vô lậu căn: vị trị đương tri căn, dĩ tri căn, cụ tri căn (Pāli: *tīṇ'indriyāni: anaññātāññassāmītindriyaṃ, aññindriyauï, aññātā-vindriyaṃ*). Hán dịch ở đây là căn vị tri đương tri, căn tri, căn vô tri.

Có năm căn: tín, tấn, niệm, định và huệ.

17. **Tương ưng lực**. Có hai lực: tư trạch lực (*paṭisaṅkhānabala*) và tu tập lực (*bhāvanā-saṅkhānabala*).

Có ba lực: tín, tinh tấn và huệ.

Có bốn lực: tín, tinh tấn, niệm và huệ. Hoặc: giác tức tư trạch, tinh tấn, vô tội (*anavajjabalaṃ*) tức ba nghiệp thanh tịnh, và nhiếp lực (*saṅgahabalaṃ*) tức bốn nhiếp sự.

Có năm lực: tín, tinh tấn, niệm, định và huệ.

Có bảy lực: tín, tinh tấn, tàm, quý, niệm, định và huệ.

Tỳ-kheo lậu tận có tám lực.

Có chín lực: tín, tinh tấn, tàm, quý, niệm, định, huệ, tư trạch và tu tập.

Có mười lực của Như Lai, mà A-la-hán không có.

18. **Tương ưng giác chi**. Bảy giác chi (*bojjhāṅga*): niệm, trạch pháp, tinh tấn, khinh an, hỷ, định, xả. Nếu không như lý tác ý, bảy giác chi không khởi do bởi năm chướng cái lan rộng. Năm chướng cái (*pañca nīvaraṇāni*)

khiến thối thất bảy giác chi.

Bảy giác chi cần được tu tập theo thời: khi tâm yếu ớt, hay khi tâm quá hăng. Bảy giác chi cần được phát triển với bảy loại thức ăn tương ứng.

Cũng như khi có Chuyển luân vương xuất hiện thì bảy báu cũng xuất hiện. Cũng vậy, khi có Phật xuất thế, thì thế gian mới có bảy giác chi.

19. *Tương ưng Thánh đạo*. Thánh đạo tám chi. Như trước khi mặt trời xuất hiện có ánh sáng bình minh làm tiền tướng; cũng vậy, chánh kiến là tiền tướng của cứu cánh biên tế khổ. Do chánh kiến dẫn sanh chánh tư duy, cho đến chánh định, chánh giải thoát, và giải thoát tri kiến.

Trái lại, vô minh là tiền tướng của các pháp ác bất thiện; từ đó sanh vô tàm, vô quý, rồi dẫn đến tà kiến, cho đến tà định.

20. *Tương ưng An-na-ban-na*. An-na-ban-na là hơi thở vào và ra (*ānapāna*). Để tu tập, cần chuẩn bị năm điều: 1. an trụ luật nghi (phòng hộ) bằng ba-la-đề-mộc-xoa; 2. ít mong cầu, ít bận rộn; 3. tiết độ ăn uống; 4. tinh cần tư duy đầu hôm, cuối đêm; 5. viễn ly nơi náo nhiệt.

Một số tỷ-kheo tu quán bất tịnh sai lầm, khiến ghê tởm thân xác, dẫn đến chỗ tuyệt vọng, tự sát. Phật dạy thay thế bằng tu tập niệm hơi thở.

Bốn niệm trụ và bảy giác chi được tu tập đầy đủ nhờ tu tập niệm hơi thở.

21. Tương ưng học. Ba học: 1. tăng thượng giới, an trụ ba-la-đề-mộc-xoa; 2. tăng thượng tâm, chứng và trú bốn thiền; 3. tăng thượng huệ, biết như thật bốn Thánh đế. Tu tăng thượng giới có thể không thiên trọng định và huệ; tu tăng thượng định có thể không thiên trọng huệ nhưng cần có giới. Tu tăng thượng huệ cần có cả giới và định.

22. Tương ưng bất hoại tịnh. Cũng gọi là bất hoại tín, bất động tín, hay trừng tịnh (*aveccapasāda*). Thành tựu bốn bất hoại tịnh: tin Phật, tin Pháp, tin Tăng, tin Thánh giới, nếu sinh giữa loài người sẽ không nghèo khốn, sinh lên chư thiên thì uy lực cũng hơn hẳn các chư thiên khác. Thành tựu bất hoại tịnh thì thoát khỏi các đường dữ địa, ngục, ngạ quỷ, súc sanh.

Bốn bất hoại tịnh là bốn loại thức ăn cho an lạc.

Bốn bất hoại tịnh cũng gọi là bốn Dự lưu chi, tức bốn chi phần của vị Tu-đà-hoàn.

Cũng có bốn chi phần khác của Dự lưu: thân cận thiện sĩ, thính văn chánh pháp, như lý tác ý, pháp tùy pháp hành.

Các đệ tử thành tựu bốn bất hoại tịnh đều được đức Phật ký thuyết là chứng đắc Tu-đà-hoàn.

San định bởi *Tạp A-hàm kinh hội biên*, Tương ưng bất hoại tịnh, và các tương ưng tiếp theo, thuộc Tụng vii. Như Lai sở thuyết. (xem bảng Mục lục chỉnh lý).

23. Tương ưng thiên. Thời phần khác nhau và tương đối giữa các cõi trời: Đâu-suất, Hóa lạc, Tha hóa tự tại. Tịch tĩnh thắng diệu, giải thoát, nơi bốn cấp thiền. Tịnh cư thiên. Chư thiên và các hiện tượng thiên nhiên.

Trong khoa mục của *Hội biên*, Tương ưng thiên thuộc Tụng vii. Như Lai sở thuyết.

24. **Tương ưng tu chứng**. Về sự tu tập, điều phục, của bốn chúng đệ tử. Ưu-bà-tắc như con trong một gia đình: con kém cha, bằng cha và hơn cha. Sự quan trọng trong tu tập: bốn chánh đoạn (chánh cần), và không phóng dật. Bậc vô học có ba minh: túc mạng trí chứng thông, sinh tử trí chứng thông và lậu tận trí chứng thông. Tu tập cần có tín làm động lực (đẳng khởi) và để phát triển (tăng ích).

Trong *Hội biên*, Tương ưng tu chứng thuộc Tụng vii. Như Lai sở thuyết.

25. **Tương ưng xứ - giới - uẩn**. Thuộc Tụng vii, theo *Hội biên*. Quán sát sáu nội xứ để đạt đến tùy tín hành (Pāli: *saddhānusārin*), hoặc tùy pháp hành (Pāli: *dhammānusārin*), cho đến quả A-la-hán. Ái, kiến, mạn, vô minh là những yếu tố tẩm ướt nghiệp để phát sinh hành, cho đến phát sinh già-chết. Các pháp thiện cũng y trên sáu xứ mà phát triển.

Tụng VI. Tám chúng

Thứ chín trong chín sự mà luận *Du-già sư địa* đề cập, gọi là chúng hội sự (skt. *parṣad-vastu*). Tám chúng được kể là: chúng sát-đế-lị, chúng bà-la-môn, chúng trưởng giả, chúng sa-môn, chúng Tứ đại thiên vương, chúng Tam thập tam thiên, chúng Diệm-ma thiên và chúng Phạm thiên.

Trong đó, chúng Diệm-ma thiên trong *Trường A-hàm* được thay thế bằng chúng Ma thiên. *Du-già luận ký* giải thích: từ Dạ-ma trở lên, bốn tầng trời không cư được gọi chung là Ma thiên.

Tạp A-hàm kinh hội biên san định Tụng v. Tám chúng gồm 11 tương ưng:

17. Tương ưng Tỳ-kheo.

18. Tương ưng Ma.

19. Tương ưng Đế Thích.

20. Tương ưng Sát-lị.

21. Tương ưng Bà-la-môn.

22. Tương ưng Phạm thiên.

23. Tương ưng Tỳ-kheo-ni.

24. Tương ưng Bà-kì-xá.

25. Tương ưng Chư thiên.

26. Tương ưng Dạ-xoa.

27. Tương ưng Lâm.

Trong bản dịch Việt, Tụng vi. Tám chúng, chỉ gồm 4 tương ưng. Còn lại đặt vào Tụng vii. Kệ.

26. **Tương ưng tám chúng**. Đối tượng được nói đến trong đây gồm chúng tỳ-kheo, ưu-bà-tắc, chư thiên, khách buôn. Đề tài khác nhau, khó có thể tập hợp thành phẩm loại tương thích.

27. Tương ưng thí dụ. Các thí dụ được nêu: thuật luyện kim, chăn bò, nước mưa, gia đình có con trai ít con gái nhiều, dao chủy thủ, đất trên đầu móng tay, người bắn cung, trống a-năng-ha, mèo chồn, v.v...

28. Tương ưng bệnh. Các tỳ-kheo và các cư sĩ bệnh khốn, sắp mạng chung, được Phật hoặc các Đại Đệ tử giáo giới, để trấn áp những đau nhức kịch liệt, và để chết yên ổn. Có tỳ-kheo, sát-na trước khi chết chứng quả A-la-hán, như Bạt-ca-lê (Pāli: *Vakkali*), Xiển-đà (Pāli: *Channa*). Hoặc có vị sau khi nghe pháp, đắc quả A-na-hàm, như tỳ-kheo Phả-cầu-na, v.v. Các đệ tử xuất gia hoặc tại gia, do nhân duyên bệnh, được nghe và hiểu pháp thâm diệu, mà vượt qua bệnh ngặt, hoặc chứng đắc Thánh quả.

29. Tương ưng nghiệp báo. Tập hợp các kinh nói về nghiệp thiện, bất thiện và những kết quả báo ứng khác nhau của nghiệp.

Tụng VII. Kệ

Lữ Trừng và Ấn Thuận đều không có khoa mục kệ tụng. Thực tế, các kệ tụng thường xuất hiện tản mác trong các kinh, do đó không hợp lý để đặt thành tụng phần riêng biệt. Tuy nhiên, trong Pāli, *Samyutta-nikāya* cũng dành một phẩm riêng biệt cho kệ tụng, gọi là *Sagāthāvaggo*.

Thiên có kệ của Pāli, *Sagāthāvaggo* gồm 11 tương ưng (*samyutta*), đại bộ phận tương đương tụng Tám chúng. Điều này *Du-già sư địa* gọi là Kết tập phẩm. Đây là hình thức kết tập chung cho Thánh điển các bộ phái cũng như

Đại thừa, như Đại Tì-bà-sa[46] nói: "Trong các kinh, y theo văn cú được thuyết tản mạn trong Khế kinh, cuối cùng tổng kết thành tụng, để tụng đọc (để dễ học thuộc). Tức kết tập văn thành kết tập phẩm." Phương thức kết tập này cũng được thấy trong kinh điển Đại thừa, Như *Lăng già* chẳng hạn, mà phẩm cuối cùng là *Sagāthakam,* tức phẩm có kệ.

Như vậy, Tụng tám chúng trong các bản Hán chỉnh lý tương đương với thiên có kệ, *Sagāthāvaggo,* trong Pāli.

Bản Hán *Tạp A-hàm* hiện lưu hành, như đã thấy, có sự tạp loạn về quyển số, và khoa mục, do đó cần được chỉnh lý. Tuy nhiên, bản Việt vì cố gắng không làm xáo trộn bản Hán hiện hành, để tiện việc người đọc tham khảo và đối chiếu Hán Việt, cho nên khoa mục trong đây có chỗ chưa hoàn toàn hợp lý.

Tụng vii. Kệ trong bản Việt dịch hoàn toàn tương đương với thiên có kệ *Sagāthāvaggo,* duy chỉ một tương ưng trong bản Việt, 23. Tương ưng Thiên, chạy sang tụng v. Đạo phẩm, vì lý do cố gắng giữ thứ tự kinh theo bản Hán hiện hành.

Thể tài giáo nghĩa trong các tương ưng thuộc tụng này khá đa dạng, khó mà phân loại. Đại để, tường thuật những sinh hoạt thường nhật của chúng đệ tử Phật, cùng với quan hệ các chúng chư Thiên, Ma, cư sĩ, v.v. Đặc biệt là tương ưng tỳ-kheo-ni, cho thấy các cô thường xuyên bị

---

[46] T27, tr. 659c24.

quấy nhiễu nhưng đã dũng mãnh chiến thắng Ác ma.

Tụng VIII. Như Lai sở thuyết

Chủ thuyết kinh (năng thuyết), như Nhiếp sự phần nói, có hai: Như Lai và Thánh đệ tử. Trong *Tạp A-hàm kinh hội biên*, phần này có hai tụng: Tụng vi. Đệ tử sở thuyết gồm 6 tương ưng, và Tụng vii. Như Lai sở thuyết gồm 18 tương ưng.

Tổng quát mà nói, tất cả các kinh, nếu không do Phật thuyết thì cũng do các Thánh đệ tử thuyết.

Đại sư Ấn Thuận liên hệ ý nghĩa "ký thuyết" với "Như Lai sở thuyết" được nói bởi *Du-già sư địa*, và "Như Lai ký thuyết" được nói trong Đại Tì-bà sa. Theo đó, Đại Tì-bà-sa[47] nói: "Ký thuyết là gì? Trong các kinh, các đệ tử hỏi, Như Lai ký thuyết; hoặc Như Lai hỏi, đệ tử ký thuyết... Hoặc trong các kinh, có bốn loại vấn ký; hoặc ký về sở chứng, về nơi tái sinh." Từ "ký thuyết" được nói ở đây, skt. *vyākaraṇa*, có nghĩa là trả lời, mà trong thể tài văn học có thể gọi là giải thuyết.

Theo ý nghĩa này, Ấn Thuận liệt Tương ưng La-đà và Tương ưng Kiến vào tụng Như Lai sở thuyết, mà trong bản Việt, thuộc tụng i. Năm uẩn. Một số kinh trong đó Phật xác định nơi tái sinh của các đệ tử; hoặc các trường hợp chứng Thánh quả. Đồng thời, những kinh mà trong đó ngoại đạo hỏi nhưng Phật không trả lời, tức loại thứ

---

[47] T27, tr. 659c28.

tư trong bốn loại vấn ký, cũng được Ấn Thuận đặt vào tụng này.

Ngoài ra, *Du-già sư địa*[48] còn nêu thêm một ý nghĩa nữa cho từ ký thuyết, mà Hán dịch ở đây gọi là ký biệt. "Ký biệt là gì? Ở trong đó, Phật ký biệt (xác định) các đệ tử qua đời sinh về đâu. Hoặc lại tuyên thuyết kinh đã liễu nghĩa." Theo giải thích của Ấn Thuận, đây là giải thích những ý nghĩa ẩn chưa rõ trong các bài kệ. Vì vậy, những kinh có nội dung tương tự được liệt vào nhóm tụng Như Lai sở thuyết.

Trong bản Việt, tụng viii. Như Lai sở thuyết có 7 tương ưng. Trong đó, 41. *Tương ưng Đại Ca-diếp*, gồm những kinh Phật tán thán phẩm đức của Đại Ca-diếp. Các Tương ưng còn lại, Phật đối thoại với các tục gia và ngoại đạo, về những sinh hoạt nghề nghiệp thế tục liên hệ đến sự tu tập Thánh đạo, và các quan điểm liên hệ tín ngưỡng tôn giáo như vũ trụ hữu hạn hay vô hạn, sau khi chết còn hay không còn linh hồn.

Kinh cuối cùng trong tương ưng cuối cùng Phật giảng cho Tu-bạt-đà-la, vị đệ tử cuối cùng trước khi nhập Niết-bàn tại rừng Sa-la song thọ.

---

[48] T30, tr. 418c.

CHỈNH LÝ KHOA MỤC VĂN BẢN
GIẢI THUYẾT

Nguyên bản Hán dịch *Tạp A-hàm* hiện tại, ấn hành trong Đại Chánh Tạng, gồm 50 quyển, 1.362 kinh. Tổng số kinh theo sự biên tập của Đại sư Ấn Thuận, *Tạp A-hàm Hội Biên*, có tất cả 13.412. Tổng số ghi theo *Quốc dịch Nhất Thiết Kinh* (Nhật Bản), có đến 13.443. Có sự sai biệt số kinh này là do có rất nhiều kinh trùng lặp. Những kinh này, trong bản Hán dịch chỉ ghi tóm tắt mà không tách phân thành các kinh riêng biệt. Tùy theo cách phân tích nội dung được tóm tắt này mà số kinh tăng giảm bất đồng.

Trong ấn bản Đại Chánh, từ quyển 1 đến quyển 3, cuối mỗi nhóm kinh, hoặc 8 kinh, hoặc 10 kinh, có một bài kệ gọi là "Nhiếp tụng". Tức kệ tóm tắt nội dung, và cũng được coi là đề kinh của các kinh trước đó. Nhưng từ quyển 4 về sau, các "Nhiếp tụng" không xuất hiện đều đặn.

Ngay đầu quyển 16, có ghi khoa mục của kinh như sau, "Tạp nhân tụng đệ tam phẩm chi tứ", bắt đầu với kinh số 407. Có nghĩa là, đoạn thứ tư của phẩm thứ ba thuộc Tạp nhân tụng. Trong biên tập của Ấn Thuận, "Tụng iii. Tạp nhân, 4. Tương ưng Đế", gồm các kinh trong bản Đại Chánh

379-443 (phần cuối quyển 15, và phần đầu quyển 16). Trong *Quốc dịch*, đây là "Tụng iii. Nhân duyên; 2. Tương ưng Tứ đế", phẩm 2, kinh số Đại Chánh 407-443 (phần đầu quyển 16).

Đầu quyển 17, ghi "Tạp nhân tụng đệ tam phẩm chi ngũ". Tức phần 5, phẩm thứ 3 của Tạp nhân tụng, tiếp theo quyển 16, gồm các kinh 456-489. Trong biên tập của Ấn Thuận, đây là "Tụng iii. 5. Tương ưng Giới", gồm các kinh Đại Chánh 444-465 (phần sau quyển 16 và phần đầu quyển 17). *Quốc dịch*, "Tụng iii. Nhân duyên, 3. Tương ưng Giới" phẩm 1 và 2, số kinh như *Hội Biên* của Ấn Thuận.

Nơi quyển 23, kinh số 604, kể nhân duyên A-dục vương; được xem là tương đương với 阿育王傳 "A-dục Vương Truyện" (Đại 50, No 2042), và 阿育王經 "A-dục Vương Kinh" (Đại 50, No 2043). Quyển 25, kinh số 640, trong đó Phật huyền ký về thời kỳ mạt pháp. Cũng trong quyển 25, kinh số 641, có ghi tiêu đề 阿育王施半阿摩勒果因緣經 "A-dục Vương Thí Bán A-ma-lặc Quả Nhân Duyên Kinh". Rõ ràng đây là 3 bản kinh phụ hội, không thuộc *Tạp A-hàm*. Theo Lương Tăng Hựu, *Xuất Tam Tạng Ký Tập*, quyển 2, Cầu-na-bạt-đà-la, dịch giả của *Tạp A-hàm*, cũng có dịch một bản kinh có tiêu đề là "Vô Ưu Vương Kinh". Nhưng được biết kinh đã thất truyền trong thời Tăng Hựu. Có thể người sao chép nhân cùng dịch giả nên chép chung luôn với *Tạp A-hàm*. Người sau không phân biệt, cho rằng kinh thuộc *A-hàm*. Trong *Tạp A-hàm Hội Biên*, Ấn Thuận loại bỏ 3 bản kinh này ra ngoài *Tạp A-hàm*. *Quốc dịch* xếp chúng vào 2 quyển cuối cùng. Tóm lại, nếu loại trừ 3 kinh, số 604,

640, 641, được chép trong 2 quyển 23 và 25, số quyển của bản Hán dịch *Tạp A-hàm* chỉ còn lại là 48 quyển, thay vì 50 quyển, tổng số 1359, thay vì 1361. Trong bản dịch Việt, ngoại trừ 3 kinh phụ hội, tổng số kinh là 1360; vì thêm số 1017 mà trong bản Hán có kinh văn nhưng không đánh số.

Mặt khác, theo như bản Hán lưu hành hiện tại mà khoa mục không hoàn bị, chúng ta có thể biết trong hình thức nguyên thủy *Tạp A-hàm* có phân khoa mục thành các Tụng, và các tương ưng như *Samyutta-nikāya* hiện lưu hành. Do sự sao chép lưu truyền nên chương mục của kinh bị xáo trộn. Nay, trong bản dịch Việt, cơ bản dựa trên khoa mục bị đứt đoạn của Kinh, tham khảo thêm các bản dịch và san định như *Quốc dịch* (Nhật Bản), *Phật quang Đại tạng* (Đài Loan), và *Tạp A-hàm Hội biên* của Ấn Thuận, toàn bộ kinh gồm 8 Tụng, 47 Tương ưng. Con số này tương đối phù hợp với *Samyutta-nikāya*, theo đó có 5 *vagga*, gồm 56 *samyutta*. Mỗi tương ưng được chia thành nhiều phẩm. Mỗi phẩm trung bình trên dưới 10 kinh. Phân chia này chỉ xuất hiện trong bản Hán từ quyển 1 cho đến quyển 4. Sau đó, không còn thấy thường xuyên nữa. *Quốc dịch* vẫn tiếp tục phân thành phẩm cho toàn bộ *Tạp A-hàm*. Sự phân phẩm này xét ra phần lớn tùy tiện, chứ không có cơ sở nguyên thủy của kinh. *Hội biên* của Ấn Thuận bỏ không chia phẩm. Bản dịch Việt cũng không phân thành phẩm.

Như vậy có thể thấy, trong bản dịch nguyên thủy có sự phân khoa mục các kinh. Nhưng do sự sao chép lưu truyền mà các khoa mục này dần dần bị rơi mất. Nguyên hình của bản dịch như vậy cho thấy tương đồng với khoa mục được lưu hành theo Pāli *Samyutta*. Nghĩa là, các truyền bản Pāli và Sanskrit đều có chung một bản gốc nguyên thủy.

Khi biên tập và phiên dịch, Ấn Thuận và *Quốc dịch* đều có chỉnh lý lại mục lục, căn cứ theo các "Nhiếp tụng" hoặc nội dung đối chiếu theo *Samyutta-Pāli*, rồi theo đó tổ chức lại hình thức văn bản theo khoa mục thứ tự mạch lạc. Nhưng cũng có sự bất đồng giữa hai bản này. Bản dịch Việt cũng đã có chỉnh lý lại khoa mục cho hợp lý, dung hội các bản *Quốc dịch, Phật Quang* và *Hội Biên*; nhưng vẫn cố gắng theo thứ tự của Đại Chánh, để những vị nghiên cứu khi cần tham chiếu nguyên bản Hán dịch sẽ dò tìm dễ dàng hơn. Kết quả của công việc chỉnh lý này là hai bản Mục lục đối chiếu Việt-Đại Chánh, và Đại Chánh-Việt được trình bày ở Tổng Lục sách này.

Cũng cần nêu ở đây hai bản mục lục chỉnh lý theo *Tạp A-hàm Hội Biên* của Ấn Thuận, và *Quốc dịch Nhất Thiết Kinh* để tiện việc tham khảo, khi cần đọc các kinh theo từng khoa mục gọi là "Tương ưng" tương đương với các *Samyutta* của Pāli. Hai bản mục lục chỉnh lý này được trình bày sau đây.

Ngoài ra, những khác biệt trong các truyền bản của Hán dịch, thứ tự khoa mục, và số quyển của Đại Chánh, đều được ghi ở phần cước chú, để các vị cần nghiên cứu sẽ dễ dàng tham khảo các tài liệu cần thiết.

Tuy nhiên, một ấn bản riêng biệt, với khoa mục đã được chỉnh lý cũng rất cần thiết. Nhưng đó là công trình khác.

MỤC LỤC CHỈNH LÝ

Hội biên		Đại chánh		Quốc dịch	
Tụng	Tương ưng	kinh số	quyển	Tương ưng	Tụng
I. Ngũ Ấm	1. Ấm	1-32	1	1. Ngũ uẩn	I. Ngũ uẩn
		256-272	10		
		59-87	3		
		33-58	2		
		103-110	5		
II. Lục nhập xứ	2. Nhập xứ	188-255	8	1. Lục nhập	II. Lục nhập
		1164-1177	43		
		273-282	11		
		304-342	13		
III. Tạp nhân	3. Nhân duyên	283-303	12	1. Nhân duyên	III. Nhân duyên
		343-378	14		
	4. Đế	379-443	15b-16a	2. Tứ đế	
	5. Giới	444-465	16b-17a	3. Giới	
	6. Thọ	466-489	17b	4. Thọ	

Hội biên		Đại chánh		Quốc dịch	
Tụng	Tương ưng	kinh số	quyển	Tương ưng	Tụng
IV. Đạo phẩm	7. Niệm xứ	605-639	24	1. Niêm xứ	V. Đạo phẩm
	8. Chánh đoạn	khuyết			
	9. Như ý túc	khuyết			
	10. Căn	642-660	26a	2. Căn	
	11. Lực	661-703	26b	3. Lực	
	12. Giác chi	704-747	26c-27	4. Bồ-đề phần	
	13. Thánh đạo phần	748-800	28-29a	5. Thánh đạo	
	14. An-na-ban-na niệm	801-815	29b	6. An-na-ban-na niệm	
	15. Học	816-832	29c-30a	7. Học	
	16. Bất hoại tịnh	833-860	30b	8. Bất hoại tịnh	
V. Bát chúng	17. Tỳ-kheo	1062-1083	38-39a	1. Tỳ-kheo	VII. Kệ

Hội biên		Đại chánh		Quốc dịch	
Tụng	Tương ưng	kinh số	quyển	Tương ưng	Tụng
	18. Ma	1084-1103	39b	2. Ma	
	19. Đế Thích	1104-1120	40	3. Đế thích	
		1222-1225	46a		
	20. Sát-lợi	1226-1240	46b	4. Câu-tát-la	
		1145-1150	42a		
	21. Bà-la-môn	1151-1163	42b	5. Bà-la-môn	
		88-102	44a		
		1178-1187			
	22. Phạm thiên	1188-1197	44b	Phạm thiên	
	23. Tỳ-kheo-ni	1198-1207	45a	7. Tỳ-kheo-ni	
	24. Bà-kỳ-xá	1208-1221	45b	8. Bà-kỳ-sa	
		993-994	36a		

Hội biên		Đại chánh		Quốc dịch	
Tụng	Tương ưng	kinh số	quyển	Tương ưng	Tụng
	25. Chư thiên	995-1022	36b	9. Chư thiên	
		576-603	22		
		1267-1318	48-49a		
	26. Dạ-xoa	1319-1330	49b-50a	11. Dạ-xoa	
	27. Lâm	1331-1362	50b	12. Lâm	
VI. Đệ tử sở thuyết	28. Xá-lợi-phất	490-500	18a	1. Xá-lợi-phất	IV. Đệ tử sở thuyết
	29. Mục-kiền-liên	501-534	18b-19a	2. Mục-kiền-liên	
	30. A-na-luật	535-545	19b-20a	3. A-na-luật	
	31. Đại Ca-chiên-diên	546-555	20b	4. Đại Ca-chiên-diên	

Hội biên		Đại chánh		Quốc dịch	
Tụng	Tương ưng	kinh số	quyển	Tương ưng	Tụng
	32. A-nan	556-565	20c-21a	5. A-nan	
	33. Chất-đa-la	566-575	21b	6. Chất-đa-la	
VII. Như lai sở thuyết	34. La-đà	111-132	6a	2. La-đà	I. Ngũ uẩn
	35. Kiến	133-171	6b-7a	3. Kiến	V. Đạo phẩm
	36. Đoạn tri	172-187	7b-8a		
	37. Thiên	861-872	31a	9. Chư	
	38. Tu chứng	873-891	31b	9. Chư	
	39. Nhập giới uẩn	892-901	31c	9. Chư	VIII. Như lai sở thuyết

Hội biên		Đại chánh		Quốc dịch	
Tụng	Tương ưng	kinh số	quyển	Tương ưng	Tụng
	40. Bất hoại tịnh	902-904 1121-1135	31d 41a	8. Bất hoại tịnh	
	41. Đại Ca-diếp	1136-1144 905-906	41b 32a	1. Đại Ca-diếp	
	42. Tụ lạc chủ	907-916	32b	2. Tụ lạc chủ	
	43. Mã	917-926	32c-33a	3. Mã	V. Bát chúng
	44. Ma-ha-nam	927-936	33b	4. Ma-ha-nam	
	45. Vô thủy	937-956	33c-34a	5. Vô thủy	
	46. Bà-sa xuất gia	957-964	34b	6. Bà-sa chúng	
	47. Ngoại đạo xuất gia	965-979	34c-35a	7. Ngoại đạo xuất gia	
	48. Tạp	980-992 1241-1245	35b 47a	1. Bát chúng	

Hội biên		Đại chánh		Quốc dịch	
Tụng	Tương ưng	kinh số	quyển	Tương ưng	Tụng
	49. Thí dụ	1246-1264	47b	2. Thí dụ	
	50. Bệnh	1265-1266	47c	3. Bệnh	
		1023-1038	37a		
	51. Nghiệp báo	1039-1061	37b	4. Nghiệp báo	

CHỈNH LÝ VĂN BẢN

MỤC LỤC ĐỐI CHIẾU I

VIỆT - ĐẠI CHÁNH

Tụng	Việt		Đại chánh		
	Tương ưng	kinh số	kinh số	quyển
I. Năm uẩn	1. Năm Uẩn	1-32	1-32	1
		33-49	256-272	10
		50-78	59-87	3
		79-104	33-58	2
		105-112	103-110	5
	2. La-đà	113-134	111-132	6a
	3. Kiến	135-189	133-187	6b-7
II. Sáu xứ	4. Sáu xứ	190-257	188-255	8-9
		258-267	273-282	11
		268-306	304-342	13
		307-320	1164-1177	43

Tụng	Tương ưng	Việt kinh số	Đại chánh kinh số	quyển
III. Nhân duyên	5. Nhân duyên	321-341	283-303	12
		342-377	343-378	14-15
	6. Tứ đế	378-442	379-443	15b-16a
	7. Giới	443-464	444-465	16b-17a
	8. Thọ	465-488	466-489	17b
IV. Đệ tử sở thuyết	9. Xá-lợi-phất	489-499	490-500	18a
	10. Mục-kiền-liên	500-533	501-534	18b-19a
	11. A-na-luật	534-544	535-545	19b-20a
	12. Đại Ca-chiên-diên	545-554	546-555	20b
	13. A-nan	555-564	556-565	20c-21a
	14. Chất-đa	565-574	566-575	21b
V. Đạo phẩm	15. Niệm xứ	575-609	605-639	24
	16. Căn	610-628	642-660	26a
	17. Lực	629-671	661-703	26b
	18. Giác chi	672-715	704-747	26c-27
	19. Thánh đạo	716-768	748-800	28-29a
	20. An-na-ban-na	769-783	801-815	29b
	21. Học	784-800	816-832	29c-30a
	22. Bất hoại tịnh	801-828	833-860	30b
		829-831	902-904	31d
		832-846	1121-1135	41a

Tụng	Việt		Đại chánh	
	Tương ưng	kinh số	kinh số	quyển
	23. Thiên	847-858	861-872	31a
	24. Tu chứng	859-877	873-891	31b
	25. Xứ giới uẩn	878-887	892-901	31c
VI. Bát chúng	26. Tám chúng	888-900	980-992	35c
		901-905	1241-1245	47a
	27. Thí dụ	906-924	1246-1264	47b
	28. Bệnh	925-926	1265-1266	47c
		927-942	1023-1038	37a
	29. Nghiệp báo	943-965	1039-1061	37b
VII. Kệ	30. Tỳ-kheo	966-987	1062-1083	38-39a
	31. Ma	988-1007	1084-1103	39b
	32. Đế Thích	1008-1025**	1104-1120[1]	40
		1026-1029	1222-1225	46a

---

[1] Bản Hán nhảy một số.

Tụng	Việt		Đại chánh	
	Tương ưng	kinh số	kinh số	quyển
	33. Câu-tát-la	1030-1044	1226-1240	46b
		1045-1050	1145-1150	42a
	34. Bà-la-môn	1051-1063	1151-1163	42b
		1064-1078	88-102	4
		1079-1088	1178-1187	44a
	35. Phạm thiên	1089-1098	1188-1197	44b
	36. Tỳ-kheo-ni	1099-1108	1198-1207	45a
	37. Bà-kì-xá	1109-1122	1208-1221	45b
				36a
		1123-1124	993-994	
	38. Chư thiên	1125-1152	995-1022	36b
		1153-1180	576-603	22
		1181-1207	1267-1293	48
				49a
		1208-1232	1294-1318	

Tụng	Việt		Đại chánh	
	Tương ưng	kinh số	kinh số	quyển
	39. Dạ-xoa	1233-1238	1319-1324	49b
				50a
		1239-1244	1325-1330	
	40. Lâm	1245-1276	1331-**1362**	50b
VIII. Như lai sở thuyết	41. Đại Ca-diếp	1277-1285	1136-1144	41b
				32a
		1286-1287	905-906	
	42. Tụ lạc chủ	1288-1297	907-916	32b
	43. Mã	1298-1307	917-926	32c-33a
	44. Ma-ha-nam	1308-1317	927-936	33b
	45. Vô thủy	1318-1337	937-956	33c-34a
	46. Bà-sa chúng	1338-1345	957-964	34b-35a
	47. Ngoại đạo	1346-**1360***	965-979	35b

* **Phụ hội I**: Kinh số 1361 (A-dục vương kinh), *Đại chánh*, kinh 604, quyển 23.

* **Phụ hội II**: Kinh số 1362 (Pháp mạt ký) &

* **Phụ hội III**: Kinh số 1363 (A-dục vương nhân duyên kinh), *Đại chánh*, kinh 640-641, quyển 25.

** Bản Việt: thêm kinh 1017.

MỤC LỤC ĐỐI CHIẾU II

ĐẠI CHÁNH – VIỆT

quyển	Đại chánh kinh số	Việt kinh số
1	1-32	1-32
2	33-58	33-58
3	59-87	50-78
4	88	
5	103-110	105-112
6	111-138	113-140
7	139-187	141-189
8	188-229	190-231
9	230-255	232-257
10	256-272	33-49
11	273-282	258-267
12	283-303	321-341
13	304-342	268-306
14	343-364	342-363

Đại chánh quyển	Đại chánh kinh số	Việt kinh số
15	365-378	364-377
	379-406	378-405
16	407-443	406-442
	444-454	443-453
17	455-465	454-464
	466-489	465-488
18	490-503	489-502
19	504-536	503-535
20	537-558	536-557
21	559-575	558-574
22	576-603	1153-1180
23	604	1363*
24	605-639	575-609
25	640-641*	1362
26	642-711	610-679
27	712-747	680-715
28	748-796	716-764
29	797-829	765-797
30	830-860	798-828
31	861-891	847-877
	892-901	878-887
	902-904	829-831
32	905-918	1286-1299

Đại chánh quyển	kinh số	Việt kinh số
33	919-939	1300-1320
34	940-969	1321-1350
35	970-979	1351-**1360**
	980-992	888-900
36	993-1022	1123-1152
37	1023-1061	927-965
38	1062-1080	966-984
39	1081-1103	985-1107
40	1104-1120	1008-1025*
41	1121-1135	832-846
	1136-1144	1277-1285
42	1145-1150	1045-1050
	1051-1063	1051-1063
43	1164-1177	307-320
44	1178-1197	1079-1098
45	1198-1221	1099-1122
46	1222-1240	1026-1044
47	1241-1266	901-926
48	1267-1293	1181-1207
49	1294-1324	1208-1238
50	1325-**1362****	1239-1276

* Bản kinh phụ hội.

** Bản Việt, thêm kinh 1017.

THƯ MỤC ĐỐI CHIẾU HÁN-PĀLI

TẠP A-HÀM - *SAṂYUTTANIKĀYA* VÀ HÁN DỊCH ĐƠN HÀNH BẢN

ೋ*ೕ

A. ĐỐI CHIẾU HÁN-PĀLI
TẠP A-HÀM & *SAṂYUTTANIKĀYA*

* 雜阿含經 宋天竺三藏求那跋陀羅譯

Tạp A-Hàm Kinh, 50 quyển, Đại chánh tân tu đại tạng kinh, Hán dịch: Lưu Tống 劉宋 (Nguyên Gia 元嘉 12-20 Tl. 435-443) Cầu-na-bạt-đà-la 求那跋陀羅 dịch. T01 No 99 (T02n0099, tr. 1a01).

Skt. *Saṃyuktāgama*.

Pāli: *Saṃyuttanikāya*.

(*Mục lục số quyển và số kinh theo ấn bản Đại Chánh – Tham chiếu đoạn Chỉnh lý khoa mục văn bản trên đây*).

Quyển I T02n0099, tr. 1a03

(1) Vô thường đẳng 無常等. Aniccam, S. 22. 12-14.

(2) Chánh quán sát 正觀察. Yadaniccam, S.22. 15-17.

(3) Vô Tri 無知. Parijāna, S. 22. 24; Parijānana, S.35. 27.

(4) cf. 同上 (như trên).

(5) Ư Sắc Hỉ Lạc 於色喜樂. Abhinandana, S. 22. 29.

(6) Vô Tri 無知 Parijāna ....

(7) Ư Sắc Hỉ Lạc 於色喜樂.   Abhinandana, S. 22. 29.

(8) Quá Khứ 過去. Atītānāgata-paccupanna, S. 22. 9-11.

(9) Yếm Ly 厭離. Yadaniccam, S. 22. 15-17. S. 35. 182.

(10) Giải Thoát 解脫. Yadaniccam, S. 22. 15-17. S. 35. 182.

(11-12) Nhân Duyên 因緣. Hetu, S. 22. 18-19.

(13-14) Vị 味. Assāda, S. 22. 27-28.

(15) Sử 使. Maññamāna, S. 22. 64.

(16) Tăng Chư Số 增諸數. Bhikkhu, S. 22. 36.

(17) Phi Ngã 非我. Anattā, S. 22. 35.

(18) 同上 (như trên). Anattā, S. 22. 68-69.

(19) Kết Phược 結縛. Rajanīyasaṇṭhita, S. 22. 70.

(20) Thâm 深..............................

(21) Động Dao 動搖. Upādiyamāna, S. 22. 63.

(22) Kiếp-ba Sở Vấn 刧波所問. Kappa, S. 22.124-125.

(23-24) La Hầu La 羅喉羅. Rāhula, S. 22. 91-92.

(25) Đa Văn 多聞..............................

(26) Thiện Thuyết Pháp 善說法 Kathika, S. 22.115-116.

(27) Hướng Pháp 向法 Anudhamma, S. 22. 40-42.

(28) Niết Bàn 涅槃 Kathika, S. 22. 116.

(29) Tam-Mật-Ly-Đề Vấn Vân Hà Pháp Sư 三密離提問云何法師

(30-31) Thâu-lũ-na 輸屢那 Soṇa, S. 22. 49-50.

(32) Cf. 同上 (như trên)

* 102 *Phật thuyết ngũ uẩn giai không kinh* 佛說五蘊皆空經, 1 quyển, Nghĩa Tịnh 義淨dịch.

Quyển II T02n0099_p0007b19

(33) Phi Ngã 非我 Pañca (Anattalakkhaṇa), S. 22. 59.

* No. 102 *Phật thuyết ngũ uẩn giai không kinh* 佛說五蘊皆空經, 1 quyển, Nghĩa Tịnh 義淨 dịch.

(34) Ngũ Tỳ Kheo 五比丘 Pañca. S. 22. 59.

* No. 102 *Phật thuyết ngũ uẩn giai không kinh* 佛說五蘊皆空經, 1 quyển, Nghĩa Tịnh 義淨 dịch.

(35) Tam Chánh Sĩ 三正士 ....

(36) Thập Lục 十六 Attadīpa, S. 22. 43.

(37) Ngã 我 Puppha Vaddha, S. 22. 94.

(38) Ti Hạ 卑下 cf. S. 22, 94

(39) Chủng Tử 種子 Bīja, S. 22. 54.

(40) Phong Trệ 封滯 Upāya, S. 22. 53.

(41) Ngũ Phược 五縛 Upādānaṁ parivattaṁ, S. 22. 56.

(42) Thất Xứ 七處 Sattaṭṭhāna, S. 22. 54.

* Tạp, No. 101(27)

* No. 150(1): (a) *Phật thuyết thất xứ tam quán kinh* 佛說七處三觀經, 1 quyển, 47 kinh, An Thế Cao 安世高 dịch /

(b) *Phật thuyết cửu hoành kinh* 佛說九橫經, 1 quyển, An Thế Cao 安世高 dịch.

(43) Thủ Trước 取著 Upādāparitassanā, S. 22. 7.

(44) Hệ Phược 繫縛 Bandhana, S. 22. 117; Upādāparitassanā, S. 22. 8.

(45) Giác 覺 Samanupassanā, S.22. 47.

(46) Ấm Thế Thực 陰世食 Khajjani, S. 22. 79.

(47-48) Tín 信 Kulaputta, S. 22. 146-147.

(49-50) A Nan 阿難 Ānanda, S. 22. 37-38.

(51) Hoại Pháp 壞法 Pabhaṅgu, S. 22. 32.

(52) Uất-Đê-Già 鬱低伽 ....

(53) Bà-La-Môn 婆羅門 ....

(54) Thế Gian 世間 ....

(55) Ấm 陰, Khandhā, S.22. 48.

(56) Lậu Vô Lậu Pháp 漏無漏法 ....

(57) Ấm Căn 陰根 Pārileyya, S. 22. 81.

(58) Ấm Tức Thọ Đẳng 陰即受等 Puṇṇamā, S. 22. 82.

Quyển III T02n0099, tr. 15b07

(59) Sinh Diệt 生滅 Samādhi, S. 22. 5.

(60) Bất Lạc 不樂 Samādhi, S. 22. 5.

(61) Phân Biệt 分別 Samādhi, S. 22. 5.

(62) Tham Trước 貪著 ....

(63) Đẳng Quán Sát 等觀察 Samanupassanā, S.22. 47.

(64) Ưu-Đà-Na 優陀那 Udāna, S.22. 55.

(65) Thọ 受 Samādhi, Paṭisallāna, S. 22. 5-6.

(66) Sinh 生 Upādāparitassanā, S. 22. 7.

(67) Lạc 樂 Upādāparitassanā, S. 22. 7.

(68) Lục Nhập Xứ 六入處 ....

(69) Kỳ Đạo 其道 Paṭipadā, S. 22. 44.

(70) Thật Giác 實覺 (?) Anta, S. 22. 103.

(71) Hữu Thân Đẳng 有身等 Sakkāya, S. 22. 104.

(72) Tri Pháp 知法 Pariññā, Pariññeyya S. 22. 23-24.

(73) Trọng Đảm 重擔 Bhāra, S.22. 22.

(74) Vãng Nghệ 往詣 (?) Abhinandamāna, S. 22. 65; Bandhana, S. 22. 117.

(75) Cf. 同上 (như trên) Sambuddha, S. 22. 58.

(76) Quán 觀 Parimucchita, S. 22.118-119.

(77) Dục Tham 欲貪 Chandarāga, S. 22. 25.

(78) Sinh 生 Uppāda, S. 22. 30.

(79) Lược Thuyết 略說 Atītānāgatapaccuppanna, S. 22. 9-11.

(80) Pháp Ấn 法印

    * No. 103 *Phật thuyết thánh pháp ấn Kinh* 佛說聖法印經, 1 quyển, Trúc Pháp Hộ 竺法護 dịch.

    * No. 104 *Phật thuyết pháp ấn kinh* 佛說法印經, 1 quyển, Thi Hộ 施護 dịch.

(81) Phú-Lan-Na 富蘭那 Mahāli, S. 22. 60.

(82) Trúc Viên 竹園 ....

(83) Tỳ-Xá-Lợi 毘舍利 ....

(84) Thanh Tịnh 清淨, Aniccatā, S. 22. 45.

(85) Chánh Quán Sát 正觀察 Aniccatā, Aniccā, S. 22. 46.

(86) Vô Thường 無常 ....

(87) Khổ 苦 ....

Quyển IV T02n0099_p0022b17

(88) Hiếu Dưỡng 孝養 Mātuposaka, S. 7. 2. 9.
   * Biệt dịch, No. 100(88)

(89) Ưu-ba-ca 優波迦 Ujjaya (?), A. IV. 39.
   * Biệt dịch, No. 100(89)

(90) Ưu-Ba-Ca 優波迦 Udāyi (?), A. IV. 40.
   * Biệt dịch, No. 100(90)

(91) Uất-Xà-Ca 鬱闍迦 Ujjaya, A. VIII. 55.
   * Biệt dịch, No. 100(91)

(92) Kiêu Mạn 憍慢 Mānatthadda, S. 7. 2. 5.
   * Biệt dịch, No. 100(258)

(93) Tam Hoả 三火 Aggi, A. VII. 44.

* Biệt dịch, No. 100(259)

(94) Nguyệt 月.

* Biệt dịch, No. 100(260).

* Tạp, No. 101(3)

(95) Sanh Văn 生文 Vacchagotta, A. III. 57.

* Biệt dịch, No.100(261).

* Tạp, No. 101(2)

(96) Dị Bà-La-Môn 異婆羅門 Mahāsāla, S. 7. 2. 4.

* Biệt dịch, No.100(262)

(97) Khất Thực 乞食 Bhikkhaka, S. 7. 2. 10.

* Biệt dịch, No.100(263)

(98) Canh Điền 耕田 Kasi ˜Sn. 4. S. 7. 2. 1.

* Biệt dịch, No. 100(264).

* Tạp, No. 101(1)

(99) Tịnh Thiên 淨天 Brahmadeva, S. 6. 1. 3.

* Biệt dịch, No. 100(265)

(100) Phật 佛. Biệt dịch, No. 100(266)

(101) Phật 佛 Loke, A. IV. 36.

   * Biệt dịch, No. 100(267)

   * Tăng Nhất, No. 125(33.3)

(102) Lãnh Quần Đặc 領群特 Vasala, Sn. 7.

   * Biệt dịch, No. 100(268)

Quyển V T02n0099, tr. 29c03

(103) Bỉ-[Ba]-Đa-La-Thập Vấn 彼[波]多羅十問; Sai-ma 差摩 Khema S. 22. 89; Pātali S. 22. 13.

(104) Diệm 焰 Yamaka, S. 25. 85.

(105) Tiên-Ni 仙尼 ....

(106) A-nậu-la 阿[少+兔] 羅 Anurādha, S. 22. 86.

(107) Trưởng Giả 長者 Nakulapitā, S. 22. 1.

   * Tăng Nhất, No. 125(13.4)

(108) Tây 西 Devadaha, S. 22. 2.

   * Tăng Nhất, No. 125(41.4)

(109) Mao-đoan 毛端 Pokkharaṇī, S. 13. 2.

(110) Tát-già 薩遮 Saccaka, M. 35.

* Tăng Nhất, No. 125(37.10)

Quyển VI T02n0099, tr. 37c03

(111) Hữu Lưu 有流 Bhavanetti, S. 23. 3.

(112) Đoạn Tri 斷知 Pariññeyyā, S. 23. 4.

(113-119) ....

(120) Ma 魔 Māra, S. 23. 1.

(121) ....

(122) Chúng Sanh 眾生 Satta, S. 23. 2.

(123) Hữu Thân 有身 Chandarāga, S. 23. 9-50.

(124-129) Ma 魔 Māra, &c, S. 23. 14-46.

(130) Đại Sư 大師 ....

(131-132) Sa-Môn Bà-La-Môn 沙門婆羅門 ......

(133-138) Sở Khởi 所起 ...

Quyển VII

(139-141) Sở Khởi 所起 .....

(142-171) Nhiên Đầu 燃頭 ......

(172-186) Vô Thường 無常 ....

(187) Thành Tựu 成就 ....

Quyển VIII

(188-189) Ly Dục Tham 離欲貪 Nandikkhaya, S. 35. 155-158.

(190-191) ....

(192-193) Bất Ly Dục 不離欲 Uppāda, S. 35. 21-22.

(194) Sanh Hỷ 生喜 Abhinandena, S. 35. 19-20.

(195) Vô Thường 無常 Anicca &c, S. 35. 1-12.

(196) Vô Thường Đẳng 無常等 Jāti &c, S. 35. 33-49.

(197) Thị Hiện 示現 Ādittaṁ, S. 35. 28.

(198) Tùy Miên 隨眠 Anusaya, S. 18. 21.

(199) La-Hầu-La 羅喉羅 Apagata, S. 18. 22; cf Bāhula, S. 35. 121.

(200-201) Lậu Tận 漏盡 Avijjā, S. 35. 53. 59.

(202-203) Ngã Kiến Đoạn 我見斷 Attano, S. 35. 166.

(204-205) ....

(206) Như Thật Tri 如實知 Jīvakambavana, S. 35. 160; Paṭisallāna, S. 35. 100.

(207) Tam-Ma-Đề 三摩提 Jīvakambavana, S. 35. 159; Samādhi, S. 35. 99.

(208) Vô Thường 無常 Aniccaṁ &c, S. 35. 10-12.

(209) Lục Xúc Nhập Xứ 六觸入處 Chaphassayātanika, S. 35. 71-73.

(210) Địa Ngục 地獄 Saṅgayha, S. 35. 135.

(211) Thế Gian Ngũ Dục 世間五欲 Lokakāmaguṇa, S. 35. 117.

(212) Bất Phóng Dật 不放逸 Devadhakhaṇa, S. 35. 134.

(213) Pháp 法 Dvayaṁ, S. 35. 93.

(214) Pháp 法 Dvayaṁ, S35. 93.

(215) Phú-Lưu-Na 富留那 Puṇṇa, S. 35. 88(2-5).

(216) Đại Hải 大海 Samudda, S. 35. 188.

(217) Đại Hải 大海 Samudda, S. 35. 187

(218) Niết Bàn Đạo Tích 涅槃道跡 Sappāya, S. 35. 146.

(219-220) Niết Bàn Đạo Tích 涅槃道跡 Sappāya, S. 35. 147-149.

(221) ....

(222-223) Tri Thức 知識 Parijāna, S. 35. 26-27.

(224-225) Đoạn 斷 Pahāna, S. 35. 24-25.

(226) Kế 計 Eja, S. 35. 90-91.

(227) Kế 計 Eja, S. 35. 90-91.

(228) ....

(229) Hữu Lậu Vô Lậu 有漏無漏 Āsava, S. 35. 56-57.

Quyển IX

(230) Tam-Di-Li-Đề 三彌離提 Samiddhi, S. 35. 68. 65-66.

(231) Loka, S. 35. 82.

(232) Suñña, S. 35. 85.

(233) Thế Gian 世間 Loka, S. 35. 107.

(234) Thế Gian Biên 世間邊 Lokakāmaguṇa, S. 35. 116.

(235) Cận Trụ 近住 Antevasi, S. 35. 150.

(236) Thanh Tịnh Khất Thực Trụ 清淨乞食住 Piṇḍapātaparisuddhi, M. 151.

(237-238) Tì-Da-li 鞞耶離 Vesāli, S. 35. 124.

(239) Kết 結 Samyojana, S. 35. 109.

(240) Thủ 取 Upādāna, S. 35. 110.

(241) Thiêu Nhiệt, 燒熱 Ādittena, S. 35. 194.

(242) Partijānaṁ, S. 35. 111-112.

(243) Vị 味 Assāda &c, S. 35. 15-19.

(244) Ma Câu 魔鉤 Mārapāsa, S. 35. 114-115.

(245) Tứ Phẩm Pháp 四品法 Bālisika, S. 35. 189.

(246) Thất Niên 七年 Sattavassāni, S. 4. 3. 4.

(247) ....

(248) Thuần-Đà 純陀 Udāyī, S. 35. 193.

(249) Câu-Hi-La 俱希羅 Koṭṭhika, A. IV. 174.

(250) Câu-Hi-La 俱希羅 Koṭṭhika, S. 35. 191.

(251) Mahāvedalla, A. IV. 175; M. 43.

   * Trung, No. 26(211)

(252) Ưu-ba-tiên-na 優波先那 Upasena, Vinaya, S.35. 69. Cv. V. 6.

(253) Tỳ-Nữu-Ca-Chiên-Diên 毘紐迦旃延 Verahaccāni, S. 35. 133.

(254) Nhị-Thập-Ức-Nhĩ 二十億耳 Soṇa, A. 6. 55.

   * Trung, No. 26(123)

   * Tăng Nhất, No. 125(23.3)

(255) Lohicca, S. 35. 132.

Quyển X

(256-258) Vô Minh 無明 Koṭṭhita, S. 22. 133-135.

(259) Vô Gián 無間 Sīla, S. 22. 122.

(260) Diệt 滅 Niruppatti (?), S. 22. 62.

(261) Phú-lưu-na 富留那 Ānanda, S. 22. 83.

(262) Xiển-đà 闡陀 Channa, S. 22. 90.

(263) Ứng Thuyết 應說 Nāva, Vāsijaṭa, S. 22. 101.

(264) Tiểu Thổ Đoàn 小土搏 Gomaya, S. 22. 96.

* *Trung*, No. 26(61)

(265) Bào Mạt 泡沫 Pheṇaṁ, S. 22. 95.

* No. 105 *Ngũ ấm thí dụ kinh* 五陰譬喻經, 1 quyển, An Thế Cao 安世高 dịch.

* No. 106 *Phật thuyết thủy mạt sở phiêu kinh* 佛說水沫所漂經, 1 quyển, Trúc Đàm Vô Lan 竺曇無蘭 dịch.

(266-267) Vô Tri 無知, Gaddula, S. 22. 99-100.

(268) Hà Lưu 河流 Nadī, S. 22. 93.

(269) Kì Lâm 祇林 Natuṁhāka, S. 22. 33-34.

(270) Thọ 樹 Aniccatā, S. 22. 102.

(271) Đê-xá 低舍 Tissa, S. 22. 84.

(272) Chư Tưởng 諸想 Piṇḍolya, S. 22. 80.

Quyển XI

(273-274) ....

(275) Nan-Đà 難陀 Nandaka, A. IX. 4.

(276) Nan-Đà Thuyết Pháp 難陀說法 Nandakovāda, M. 146.

(277) Luật Nghi, Bất Luật Nghi 律儀, 不律儀 Pamādavihāri, S. 35. 97.

   * *Trường*, No. 1(7)

(278) Thối Bất Thối 退不退 Parihāna, S. 35. 96.

(279) Điều Phục 調伏 Saṁgayha, S. 35. 94.

(280) Tần-Đầu Thành 頻頭城 Nagaravindeyya, M. 150.

(281) ....

(282) Chư Căn Tu 諸根修 Indriyabhāvanā, M. 152.

Quyển XII

(283) Chủng Thọ 種樹 Taruṇa, S. 12. 57.

(284) Đại Thọ 大樹 Mahārukkha, S. 12. 55-56.

(285) Phật Phược 佛縛 Gotama, S. 12. 10; Saññojana, S. 12. 53-54.

(286) Thủ 取 Upādāna (3-4), S. 12. 52.

(287-290) Thành Ấp 城邑 Nagara, S. 12. 65.

(291) Xúc 觸 Sammasa, S. 12. 66.

(292) Tư Lương 思量 Parivimaṁsana, S. 12. 51.

(293) Thậm Thâm 甚深.

(294) Ngu Si Hiệt Huệ 愚癡黠慧 Balena Paṇḍito, S. 12. 19.

(295) Phi Nhử Sở Hữu 非汝所有 Na tumha, S. 12. 37.

(296) Nhân Duyên 因緣 Paccaya, S. 12. 20.

(297) Đại Không Pháp 大空法.

(298) Pháp Thuyết Nghĩa Thuyết 法說義說 Desanā, S. 12. 1-2; Vibhaṅga.

(299) Duyên Khởi Pháp 緣起法

(300) Tha 他 Aññataraṁ, S. 12. 46.

(301) Ca-Chiên-Diên 迦旃延 Kaccāyanagotta, S. 12. 15.

(302) A-Chi-La 阿支羅 Acela, S. 12. 17.

(303) Điểm-Mâu-Lưu 玷牟留 Timbaruka, S. 12. 18.

Quyển XIII

(304) Lục Lục 六六 Chachakka, M. 148.

(305) Lục Nhập Xứ 六入處 Saḷāyatana, M. 149.

(306-307) ....

(308) Bất Nhiễm Trước 不染著 Agayha, S. 35. 136.

(309-310) Lộc Nữu 鹿紐 Migajāla, S. 35. 63-64.

(311) Phú-Lan-Na 富蘭那 Puṇṇa, S. 35. 88 (=M. 145).

   * No. 108 *Phật thuyết Mãn Nguyện Tử kinh* 佛說滿願子經, 1 quyển, Trúc Đàm Vô Lan 竺曇無蘭 dịch.

(312) Ma-La-Ca-Cữu 摩羅迦舅 Saṁgayha, S. 35. 95.

(313) Kinh Pháp 經法 Kathika (?), S. 35. 154.

(314-318) ....

(319-321) ....

(322-332) ....

(333) Quá Khứ Đẳng 過去等 Atīta, S. 35. 173-186.

(334-342) ....

Quyển XIV

(343) Phù-di 浮彌 Bhūmija, S. 12. 25.

(344) ....

(345) Tập Sanh 集生 Bhūtaṁ, Kaḷāra, S. 12. 31-32.

(346) ....

(347) Tu Thâm 修深 Sisīma, S. 12. 70.

(348) Thập Lực 十力 Dasabala, S. 12. 21-22.

(349) ....

(350) Thánh Đệ Tử 聖弟子 Ariyasāvaka, S. 12. 49.

(351) Mậu-sư-la 茂師羅 Kosambī, S. 12. 68.

(352-354) Sa-Môn Bà-La-Môn 沙門婆羅門 Samana-brāhmaṇī, S. 12. 13-14, 71-81.

(355) Lão Tử 老死 Bhikkhū, S. 12. 28.

(356) Chúng Trí 衆智 Ñānassa vatthūni, S. 12. 33.

(357-358) Vô Minh Tăng 無明僧 Avijjāpaccāya, S. 2. 35-36.

(359-361) Tư Lương 思量 Cetanā, S. 12. 38 & 40.

(362) ....

(363) Thuyết Pháp 說法 Dhammakathika, S. 12. 16.

(364) cf. 同上 (như trên).

Quyển XV

(365) cf. 同上 (Như trên).

(366) Tỳ-bà-thi 毘婆尸 Vipassī. &c, S. 12. 4-9.

(367) Tu Tập 修習 Sikkhā, S. 12. 83.

(368) Tam-ma-Đề 三摩提 Yoga, S. 12. 84.

(369-370) ....

(371) Thực 食 Āhārā, S. 12. 11.

(372) Phả-cầu-na 頗求那 Phagguna, S. 12. 12.

(373) Tử Nhục 子肉 Puttamaṁsa, S. 12. 63.

(374-378) Hữu Tham 有貪 Atthi rāgo, S. 12. 64.

(379) Chuyển Pháp Luân 轉法輪 Tathāgatena vutta (=Dhammacakkappavattana), S. 56. 11-12.

* No. 109 *Phật thuyết chuyển pháp luân kinh* 佛說轉法輪經 1 quyển, An Thế Cao 安世高 dịch.

* No. 110 *Phật thuyết tam chuyển pháp luân kinh* 佛說三轉法輪經, 1 quyển, Nghĩa Tịnh 義淨 dịch.

(380-381) ....

(382) Đương Tri 當知 Abhiññeyya, S. 56. 29.

(383) ....

(384) Lậu Tận 漏盡 Āsavakkhaya, S. 56. 25.

(385-387) ....

(388) Ngũ Chi Lục Phần 五支六分 Khandha, S. 56. 13.

(389) ....

(390-391) Sa-Môn Bà-La-Môn 沙門婆羅門 Samaṇa-brahmaṇa, S. 56. 5-6.

(392) Như Thật Trí 如實智 Vijjā, S. 56. 22.

(393) Thiện Nam Tử 善男子 Kulaputta, S. 56. 34.

(394-395) Nhật Nguyệt 日月 Suriyūpama, S. 56. 37-38.

(396) ....

(397) Khư-đề-la 佉提羅 Khadira, S. 56. 32.

(398) Nhân-đà-la trụ 因陀羅柱 Indakhīla, S. 56. 39.

(399) Luận Xứ 論處 Vādino, S. 56. 40.

(400) Thiêu y 燒衣 Cela, S. 56. 34.

(401) Bách Thương 百鎗 Sattisata, S. 56. 35.

(402) Bình Đẳng Chánh Giác 平等正覺 Sammāsambuddha, S. 56. 23-24.

(403) Như Thật Tri 如實知 Vijjā, S. 56. 21. [Skt. Aryacatuḥsatya sūtra].

(404) Thân Thứ 申恕 Siṁsapā, S. 56. 31.

(405) Khổng 孔 Chiggala, S. 56. 45.

(406) ....

Quyển XVI

(407) Tư Duy 思維 Cintā, S. 56. 41.

(408) Tư Duy 思維 Cintā, S. 56. 8.

(409-410) Giác 覺 Vitakkā, S. 56. 7.

(411) Luận Thuyết 論說 Kathā, S. 56. 10.

(412) Tranh 争 Viggāhikā, S. 56. 9.

(413-415) ....

(416) Thọ Trì 受持 Dhāraṇa, S. 56. 15.

(417) Như Như 如如 Tathā, S. 56. 20.

(418) Thọ Trì 受持 Dhāraṇa, S. 56. 16.

(419-420) ....

(421) Thâm Hiểm 深嶮 Papāta, S. 56. 42.

(422) Đại Nhiệt 大熱 Pariḷāha, S. 56. 43.

(423) Đại Ám 大暗 Andhakāra, S. 56. 46.

(424-427) ....

(428) Thiền Tư 禪思 Paṭisallāna, S. 56. 2.

(429) Tam-Ma-Đề 三摩提 Samādhi, S. 56. 1.

(430) Trượng 杖 Daṇḍa, S. 56. 33.

(431-435) ....

(436-437) Điện Đường 殿堂 Kūṭāgāra, S. 56. 41.

(438) Chúng Sanh 衆生 Pāṇā, S. 56. 36.

(439) Tuyết Sơn 雪山 Sineru, S. 56. 49-50.

(440) Hồ Trì Đẳng 湖池等 Pokkharanī, Sambhejja, S. 56. 52-54.

(441) Thổ 土 Pathavī &c, S. 56. 55-60.

(442) Trảo Giáp 爪甲 Nakhasikha, S. 56. 51.

(443) Tứ Thánh Đế Dĩ Sanh 四聖諦以生 S. 56. 61-70.

(444) ....

(445) Bỉ Tâm 鄙心 Hīnādhimutti, S. 14. 14.

(446) Kệ 偈 (I) Sagātha, S. 14. 16.

(447) Hành 行 Kamma, S. 14. 15.

(448) Kệ 偈 (II) Sagātha, S. 14. 16.

(449) Giới Hòa Hiệp 戒和合 Sanidāna, S. 14. 12.

(450) Tinh Tấn 精進 Appassutta &c, S. 14. 21-24.

　　* *Tạp*, No. 101(20)

* No. 111 *Phật thuyết tương ưng tương khả kinh* 佛說相應相可經, 1 quyển, Pháp Cự 法炬 dịch.

(451) Giới 界 Dhātu, S. 14. 1.

(452-453) Xúc 觸 Samphassa, S. 14. 2-6.

(454) Tưởng 想 Saññā &c, S. 14. 7-10.

Quyển XVII

(455) Tưởng 想 Saññā &c, S. 14. 7-10.

(456) Chánh Thọ 正受 Sattimā, S. 14. 11.

(457) Thuyết 說 Giñjakāvasatha, S. 14. 18.

(458) Nhân 因 Nidāna, A. VI. 39.

(459) Tự Tác 自作 Attakārī, A. VI. 28.

(460) Cù-Sư-La 瞿師羅 Ghosita, S. 35. 129.

(461-464) ....

(465) Trước Sử 著使 Anusaya, S. 18. 21.

(466) Xúc Nhân 觸因 Phassamūlaka, S. 36. 10.

(467) Kiếm Thích 劍刺 Daṭṭhaba, S. 36. 5.

(468) Tam Thọ 三受 Pahāna, S. 36. 3.

(469) Thâm Hiểm 深嶮 Pātāla, S. 36. 4.

(470) Tiễn 箭 Sallata, S. 36. 6.

(471) Hư Không 虛空 Ākāsa, S. 36. 12-13.

(472) Khách Xá 客舍 Āgāra, S. 36. 14.

(473) Thiền 禪 Samādhi, S. 36. 1.

(474) Chỉ Tức 止息 Santaka, S. 36. 15-16.

(475) Tiên Trí 先智 Pubbeññāna, S. 36. 24.

(476-477) A-Nan Sở Vấn 阿難所問 Rahogataka, S. 36. 11.

(478) Tỳ-Kheo 毘丘 Bhikkhu, S. 36. 25.

(479) ....

(480) Sa-Môn Bà-La-Môn 沙門婆羅門 Samaṇa-brahmaṇā, S. 36. 26-28.

(481) ....

(482) Hỷ Lạc 喜樂 Pīti, A. V. 176.

(483) Vô Thực Lạc 無食樂 Nirāmisa, S. 36. 26.

(484) Bạt-đà-la 跋陀羅 Bhaddaji, A. V. 170.

(485) Ưu-Đà-Di 優陀彌 Udāyi, S. 39. 19 & 20.

(486-489) ....

Quyển XVIII

(490) Diêm-phù-xa 阎浮車 Jambukhādaka-samyutta, S. 38.

(491) Sa-môn Xuất Gia Sở Vấn 沙門出家所問 Sāmaṇḍaka-vagga, S. 39.

(492) Nê Thủy 泥水 Jambāli, A. IV. 178.

(493) ....

(494) Khô Thọ 枯樹 Dārukkhandha, A. IV. 41.

(495) Giới 戒 Sīla, A. V. 168.

(496) ....

(497) Cử Tội 舉罪 Codanā, A. V. 167.

(498) Na-la-kiền-đà 那羅揵陀 Nāḷanda, S. 47. 12.

(499) Thạch Trụ 石柱 Silāyūpa, A. IX. 26.

(500) Tịnh Khẩu 淨口 Sucimukhī, S. 28. 10.

(501) (?) S. 40. 1-6.

(502) Vô Minh 無明 Akiñcañña &c, S. 40. 7-9.

(503) Tịch Diệt 寂滅 Ghaṭa, S. 21. 3.

Quyển XIX

(504) Xan (khan) cấu 慳垢 Cūḷataṇhāsaṅkhayasutta, M. 37. cf. 125(19.3)

(505) cf. 同上 (Như trên).

(506) Đế Thích 帝釋 Sakka, S. 40. 10.

(507) Chư Thiên 諸天 Devacārika, S. 55. 18.

(508) Đồ Ngưu Nhi 屠牛兒 Aṭṭhīpesi, S. 19. 1.

(509) Đồ Ngưu Giả 屠牛者 Gāvaghāṭaka, S. 19. 2.

(510) Đồ Dương Giả 屠羊者 Nicchaverabdhi, S. 19. 4.

(511-512) cf. 同上 (như trên).

(513) Điều Tượng Sĩ 調象士 Piṇḍasakuṇiya, S. 19. 3.

(514) Hiếu Chiến 好戰 Sūcaka (?), S. 19. 9.

(515) Liệp Sư 獵師 Sattimāgavi, S. 19. 6.

(516) Sát Trư 殺豬 Asisūkarika, S. 19. 5.

(517) Đoạn Nhân Đầu 斷人頭 Coraghātaka, S. 19. 16.

(518) Đoàn ĐồngNhân 鍛銅人 Gāmakutaka, S. 19. 10.

(519) ....

(520) Bốc Chiêm Nữ 卜占女 Ikkhanikā, S. 19. 14.

(521) ....

(522) Háo Tha Dâm 好他婬 Paradārika, S. 19. 11.

(523) Mại Sắc 賣色 Aticārini, S. 19. 13.

(524) Sân Nhuế Đăng Du Sái 瞋恚燈油灑 Sapattaṅgārakokiri, S. 19. 15.

(525) Tăng Tật Bà-la-môn 憎嫉婆羅門 Duṭṭha-brāhmaṇa, S. 19. 12.

(526-529) ....

(530) Tỳ-kheo 毘丘 Bikkhu &c, S. 19. 17-21.

(531-534) ....

(535-356) Độc Nhất 獨一 Rahogata, S. 52. 1-2.

Quyển XX

(537-539) Thủ Thành Dục Trì 手成浴池 Kantaki, S. 52. 4-6.

(540) Sở Hoạn 所患 Bāḷhagilāya, S. 52. 10.

(541) cf. 銅上 (như trên).

(542) Hữu Học Lậu Tận 有學漏盡 Sutanu, S. 52. 3.

(543) A-la-hán Tỳ-kheo 阿羅漢毘丘 Taṅhakkhaya, S. 52. 7.

(544) ....

(545) Hướng Niết-Bàn 向涅槃 Salaḷāgāra, cf. S. 52. 8.

(546) Tháo Quán Trượng 澡灌杖 Ārāmadaṇḍa, A. II. 4. 6.

(547) Túc Sĩ 宿士 Kaṇḍarāyana, A. II. 4. 7.

(548) Ma-thâu-la 摩偷羅 Madhura, M. 84.

(549) Ca-lê 迦棃 Kālī, A. X. 26.

(550) Ly 離 Vimutti, A. V. 26.

(551-552) Ha-lê 訶棃 Hāliddikāni, S. 22. 3-4.

(553) Ha-lê 訶棃 Hāliddikāni, S. 35. 130.

(554-556) ....

(557) Xà-tri-la 闍知羅 A. IX. 37.

(558) ....

Quyển XXI

(559) Già-ma 波羅 Kāmabhū, S. 35. 192.

(560) Độ Lượng 度量 Yuganandha, A. IV. 170.

(561) Bà-la-môn 婆羅門 B. Brahmaṇa, S. 51. 15.

(562) Cù-sư 瞿師 Ghosita, S. 35. 129.

(563) Ni-kiền 尼犍 Nigaṇṭha, A. III. 74.

(564) Tỳ-kheo-ni 毘丘尼 Bhikkhunī, A. IV. 159.

(565) Bà-đầu 婆頭 Sāpugī, A. IV. 194.

(566) Na-già-đạt-đa 那伽達多 Kāmabhū, S. 41. 5.

(567) Na-già-đạt-đa 那伽達多 Godātta, S. 41. 6.

(568) Già-ma 遮摩 Kāmabhū, S. 41. 6.

(569-570) Lê-trì-đạt-đa 梨犀達多 Isidatta, S. 41. 2-3.

(571) Ma-ha-ca 摩訶迦 Mahaka, S. 41. 4.

(572) Hệ 繫 Saññojana, S. 41. 1.

(573) A-kì-tì-ca 阿耆毘迦 Acela, S. 41. 9.

(574) Ni-kiền 尼犍 Nigaṇṭha, S. 41. 8.

(575) Bệnh Tướng 病相 Gilānadassana, S. 41. 10.

Quyển XXII

(576) Nan-đà lâm 難陀林 Nandana, S. 1. 2. 1.
    * Biệt dịch, No. 100(161)

(577) Câu Tỏa 鉤鎖 Sakka, S. 10. 2.
    * Biệt dịch, No. 100(162)

(578) Tàm Quý 慚愧 Hirī, S. 1. 2. 8.
    * Biệt dịch, No. 100(163)

(579) Bất Tập Cận 不集近 Appatividitā, S. 1. 1. 7.

* Biệt dịch, No. 100(164)

(580) Thiện Điều 善調 Susammuṭṭhā, S. 1. 1. 8.

* Biệt dịch, No. 100(165)

(581-582) La-hán 羅漢 Arahaṁ, S. 1. 3. 5.

* Biệt dịch, No. 100(166)

(583) Nguyệt Thiên Tử 月天子 Candimā, S. 2. 1. 9.

* Biệt dịch, No. 100(167)

(584) Tộc Bản 族本 Kuṭikā, S. 1. 2. 9.

* Biệt dịch, No. 100(168)

(585) Độc Nhất Trụ 獨一住 Kakudha, S. 2. 2. 8.

* Biệt dịch, No. 100(169)

(586) Lợi Kiếm 利劍 Sattiyā, S. 1. 3. 1.

* Biệt dịch, No. 100(170)

(587) Thiên Nữ 天女 Accharā, S. 1. 5. 6.

* Biệt dịch, No. 100(171)

(588) Tứ Luân 四輪 Catucakka, S. 1. 3. 9.

* Biệt dịch, No. 100(172)

(589) Đại Phú 大富 Mahaddhara, S. 1. 3. 8.

* Biệt dịch, No. 100(183)

(590) Giác Thuỵ Miên 覺睡眠.

* Biệt dịch, No. 100(184)

(591) Hải Châu 海州. Biệt dịch, No. 100(185)

(592) Cấp Cô Độc 級孤獨 Sudatta, S. 10. 8.

* Biệt dịch, No. 100(186)

(593) Cấp Cô Độc 級孤獨 Anāthapiṇḍika, S. 2. 2. 10.

* Biệt dịch, No. 100(187)

(594) Thủ Thiên Tử 手天子 Hatthaka, A. III. 125.

* Biệt dịch, No. 100(188)

(595) Đào Sư 陶師 Ghaṭīkara (?), S. 2. 3. 4.

* Biệt dịch, No. 100(189)

(596) Thiên Tử 天子 Subrahmā (?), S. 2. 2. 7.

* Biệt dịch, No. 100(181)

(597) Tham chiếu biệt dịch, No. 100(182)

(598) Thuỵ Miên 睡眠 Niddātandi, S. 1. 2. 6.

* Biệt dịch, No. 100(175)

(599) Kết Triền 結纏 Jaṭā, S. 1. 3. 3.

* Biệt dịch, No. 100(173)

(600) Nan Độ 難度 Dukkharaṁ, S. 1. 2. 7.

* Biệt dịch, No. 100(174)

(601) Tiểu Lưu 小流 Sarā, S. 1. 3. 7.

* Biệt dịch, No. 100(176)

(602) Lộc Bác 鹿搏 Enijaṅgha, S. 1. 3. 10.

* Biệt dịch, No. 100(177)

(603) Chư Lưu 諸流 S. 10. 12. (11-12).

Quyển XXIII

(604) Xem * No. 2043 *A Dục Vương Kinh* 阿育王經; * No. 3042 *A Dục Vương Truyện* 阿育王傳 Aśoka-avadāna trong Divya-avadāna.

Quyển XXIV

(605-606) ....

(607) Niệm Xứ 念處 Suddhaka, S. 47. 24.

(608) Cam Lộ 甘露 Amata, S. 47. 4.

(609) Tập 集 Samudaya, S. 47. 42.

(610) Chánh Niệm 正念 Sato, S. 47. 2.

(611) Thiện Tụ 善聚 Kusalarāsi, S. 47. 5.

(612) Cung 弓 Dhanuggaho, S. 20. 6.

(613) Bất Thiện Tụ 不善聚 Duccarita &c, S. 47. 47-50.

(614) Đại tượng phu 大丈夫 Mahāpurisa, S. 47. 11.

(615) Tỳ-kheo-ni 毘丘尼 Bhikkhunī, S. 47. 10.

(616) Trù Sĩ 厨士 Sūda, S. 47. 8.

(617) Điểu 鳥 Sakunagghī, S. 47. 6.

(618) ....

(619) Tư-đà-già 私陀伽 Sedaka, S. 47. 19.

(620) Di Hầu 獼猴 Makkaṭa, S. 47. 7.

(621) Niên Thiếu Tỳ-kheo 年少毘丘 Sāla, S. 47. 4.

(622) Am-la Nữ 菴羅女 Ambāpali, S. 47. 1.

(623) Thế Gian 世間 Janapada, S. 47. 20.

(624) Uất-để-ca 鬱低迦 Uttiya, S. 47. 16.

(625) Bà-hê-ca 婆醯迦 Bahiya, S. 47. 15.

(626-628) ....

(629-632) Giới 戒 Sīla, S. 47. 21.

(633) ....

(634) Hiền Thánh 賢聖 Ariya, S. 47. 17; Virāga, S. 47. 32.

(635) ....

(636) Tỳ-kheo 毘丘 Bhikkhu, S. 47. 3.

(637) Ba-la-đề-mộc-xoa 波羅提木叉 Pātimokkha, S. 47. 43.

(638) Thuần-đà 純陀 Cunda, S. 47. 13.

(639) Bố-tát 布薩 Cela, S. 47. 14.

Quyển XXV

(640-641) Xem Aśoka-avadāna.

Quyển XXVI

(642) Tri 知 Sekha, A. III. 84.

(643) Tịnh 淨 Suddhika, S. 48. 1.

(644) Tu-đà-hoàn 須陀洹 Sotāpatta, S. 48. 2-3.

(645) A-la-hán 阿羅漢 Arahā, S. 48. 4-5.

(646) Đương Tri 當知 Daṭṭhabba, S. 48. 8.

(647) Phân Biệt 分別 Vibhaṅga, S. 48. 9.

(648) Lược Thuyết 略說 Saṅkhitta, S. 48. 12.

(649) Lậu Tận 漏盡 Āsavānaṁ khaya, S. 48. 20.

(650-651) Sa-môn Bà-la-môn 沙門婆羅門 Samaṇabrāhmaṇa, S. 48. 6.

(652-653) Paṭipanna &c, S. 48. 13-18.

(654-658) (?), S. 48. 52.

(659) Huệ Căn 慧根 Saddha (?), S. 48. 50.

(660) ....

(661) Nhị Lực 二力 Bala, A II. 2. 1.

* *Tạp*, No. 101(16)

(662-668) ....

(669) Nhiếp 攝 Saṅgaha, A. IV. 32.

(670-672) ....

(673) Ngũ Lực 五力 Bala, S. 50. 1.

(674) ....

(675) Đương Tri Ngũ Lực 當知五力 Daṭṭhabba, S. 48. 8.

(676) ....

(677-678) Ngũ Học Lực 五學力 Saṅkhitta, A. V. 1.

(679-683) ....

(684) Cf. Malā-sīhanāda, M. 12.

(685) ....

(686-687) Sư Tử Hống 獅子吼 Sīhanāda, A. VI. 64.

(688-689) Thất Lực 七力 Bala, A. VII. 3.

(690-691) Bala, A. VII. 4-5.

(692-693) Bala, A. VIII. 27.

(694-695) Bala, A. VIII. 28.

(696-703) ....

(704) Bất Chánh Tư Duy 不正思惟 Ayonisa, S. 46. 24.

(705) Bất Thối 不退 Kilesa, S. 46. 34; Aparihāni, S. 46. 37.

(706) Cái 蓋 Nīvaraṇa, S. 46. 40.

(707) Chướng Cái Āvaraṇa-nīvaraṇa, S. 46. 38.

(708) Thọ 樹 Rukkha, S. 46. 39.

(709) Thất Giác Chi 七覺支 Ṭhāna, S. 46. 23.

(710) ....

(711) Vô Uý 無畏 Abhaya, S. 46. 56.

Quyển XXVII

(712) Vô Uý 無畏 Abhaya, S. 46. 56.

(713) Chuyển Thú 轉趣 Pariyāya, S. 46. 52.

(714) Hỏa 火 Aggi, S. 46. 53.

(715) Thực 食 Āhāra, S. 46. 51.

(716-717) Pháp 法 Ekadhamma, S. 46. 29.

(718) Xá-lợi-phất 舍利弗 Bhikkhu, S. 46. 4.

(719) Ưu-ba-ma 優波摩 Upavāna, S. 46. 8.

(720) ....

(721) Chuyển Luân Vương 轉輪王 Cakkavatti, S. 46. 42.

* *Trung*, No. 26(58).

* *Tăng Nhất*, No. 125(39.7)

* No. 38 *Phật thuyết luân vương thất bảo kinh* 佛說輪王七寶經, 1 quyển, Thi Hộ 施護 dịch.

(722-725) ....

(726) Xem S. 45. 2.

(727) ....

(728) Thuyết 說 Desanā, S. 46. 22.

(729) Diệt 滅 Nirodha, S. 46. 27.

(730) Phân 分 Vidhā, S. 46. 41.

(731) Chi Tiết 支節 Aṅga, S. 46. 49.

(732) Khởi 起 Uppanna, S. 46. 10.

(733-740) ....

(741) Bất Tịnh Quán 不淨觀 Asubha, S. 46. 67.

(742) Niệm Tử Tướng 念死相 Maraṇa, S. 46. 68.

(743) Từ 慈 Mettā, S. 46. 54.

(744) Từ 慈 Mettā, S. 46. 62.

(745) Không 空 Nirodha, S. 46. 76.

(746) An-na-ban-na Niệm 安那般那念 Anāpāna, S. 46. 66.

(747) Vô Thường 無常 Anicca &c, S. 46. 71-75.

Quyển XXVIII

(748) Nhật Xuất 日出 Yonisa, S. 45. 55.

(749) Vô Minh 無明 Avijjā, S. 45. 1.

(750) ....

(751) Khởi 起 Patipadā, S. 45. 21.

(752-757) ....

(758) Uý 畏 Bhaya, A III. 62.

(759) Thọ 受 Vedanā, S. 45. 29.

(760) ....

(761) Học 學 Sekha, S. 45. 13.

(762) ....

(763-765) Tu 修 Uppāda, S. 45. 14-15.

(766) Thanh Tịnh 清淨 Parisuddha, S. 45. 16-17.

(767) Tụ 聚 Rāsi, A. V. 52.

(768) Bán 半 Upaḍḍha, S. 45. 2.

(769) Bà-la-môn 婆羅門 Brāhmaṇa, S. 45. 4.

(770) Tà 邪 Micchatta, S. 45. 21.

(771-774) Bỉ Ngạn 彼岸 Pāraṁgama, S. 45. 31.

(775-781) Chánh Bát Tư Duy 正八思惟 Ekadhamma, S. 45. 77-90.

(782-783) ....

(784-785) ....

* No. 112 *Phật thuyết bát chánh đạo kinh* 佛說八正道經, 1 quyển, An Thế Cao 安世高 dịch.

(786-793) ....

(794-796) Sa-môn Sa-môn Pháp 沙門沙門法 Sāmañña, S. 45. 35-36.

Quyển XXIX

(797-799) ....

(800) Bà-la-môn 婆羅門 Brāhmañña, S. 45. 37-40.

(801) ....

(802-803) An-na-ban-na Niệm 安那般那念 Ekadhamma, S. 54. 1.

(804) Đoạn Giác Tưởng 斷覺想 Phala &c, S. 54. 3-5.

(805) A-lê-sắc-tra 阿梨瑟吒 Ariṭṭha, S. 54. 6.

(806) Kế-tân-na 罽賓那 Kappina, S. 54. 7.

(807) Nhất-xa-năng-già-la 一奢能伽羅 Icchānaṅgala, S. 54. 11.

(808) Ca-ma 迦摩 Kaṅkheyya, S. 54. 12.

(809) Kim Cang 金剛 Vesāli (?), S. 54. 9.

(810) A-nan 阿難 Ānanda, S. 54. 13-14.

(811-812) Tỳ-kheo 毘丘 Bhikkhu, S. 54. 10.

(813) Kim-tì-la 金毘羅 Kimbila, S. 54. 10.

(814-815) ....

(816) Học 學 Sikkha, A. III. 89.

(817-818) ....

(819) Học 學 Sādhika. (1), A. III. 87.

(820) Học 學 Sekha, A. III. 85-86.

(821) cf. 同上 (như trên).

(822) ....

(823) Niết-bàn 涅槃 Sekha, A. III. 84.

(824) Học 學 Sikkhā, It, 46.

(825-826) ....

(827) Canh Ma 耕蔴 Sukhetta, A. III. 82.

(828) Lô 獹 Samana, A. III. 81.

(829) Bạt-kì Tử 跋耆子 Vajjiputta, A. III. 83.

Quyển XXX

(830) Băng-già-xà 崩伽闍 Paṅkadhāya, A. III. 90.

(831) Giới 界 Paṅkadhā, A. 3. 90.

(832) Học 學 Sikkha, A. III. 88.

(833) Ly-xa 離車 Licchavi, S. 55. 30.

(834) Bất Bần 不貧 Mahaddhana, S. 55. 44-45.

(835) Chuyển Luân Vương 轉輪王 Rājā, S. 55. 1.

(836) Tứ Bất Hoại Tịnh 四不壞淨 Mittenāmaccā, S. 55. 17.

(837-840) ………………………

(841) Giới 界 Abhisandha, S. 55. 41-45.

(842) Bà-la-môn 婆羅門 Brāhmaṇa, S. 55. 12.

(843) Xá-lợi-phất 舍利弗 Sāriputta, S. 55. 5.

(844) Xá-lợi-phất 舍利弗 Sāriputta, S. 55. 4.

(845) Khủng Bố 恐怖 Verabhaya, S. 55. 29.

(846) Khủng Bố 恐怖 Verabhaya, S. 55. 28.

(847-850) Thiên Đạo 天道 Devapada, S. 55. 34-35.

(851-853) Pháp Kính 法鏡 Giñjakāvasatha, S. 55. 8-9.

(854) Pháp Kính 法鏡 Giñjakāvasatha, S. 55. 10.

(855) Nan-đề 難提 Nandiya, S. 55. 40.

(856) Nan-đề 難提 Nandiya, S. 55. 47.

(857) ....

* No. 113 *Phật thuyết Nan-đề Thích kinh* 佛說難提釋經, 1 quyển, Pháp Cự 法炬 dịch.

(858) Nan-đề 難提 Nandiya, XI. 14.

(859) ....

(860) Điền Nghiệp 田業 Thapati, S. 55. 6.

Quyển XXXI

(861-863) ....

(864-874) Xem A. IV. 8; It. 74.

(875-879) Xem A. IV. 69.

(880-882) Xem A. IV. 14; A. IV. 53; A. X. 15.

(883) Tứ Chủng Thiền 四種 Jhāna-saṁyutta, S. 53.

(884-886) Vô Học Tam Minh 無學三明, A. 3. 58.

(887-889) Xem A. III. 53-59.

(890) Vô Vi Pháp 無為法 Asaṅkata, S. 43.

(891) Mao Đoan 毛端 Abhisamaya, S. 13.

(892-896) ....

(897) La-hầu-la 羅喉羅 Rāhula, S. 18.

(898-904) ....

Quyển XXXII

(905) Ngoại Đạo 外道 Paraṁ-maraṇaṁ, S. 16. 12.

   * Biệt dịch, No. 100(120)

(906) Pháp Tương Hoại 法相壞 Saddhammapaṭirūpaka, S. 16. 13.

   * Biệt dịch, No. 100(121)

(907) Giá-la-châu-la-na 遮羅周羅那 Puṭa, S. 42. 2.

* Biệt dịch, No. 100(122)

(908) Chiến Đấu Hoạt 戰鬥活 Yodhājiva, S. 42. 3.

* Biệt dịch. No. 100(123)

(909) Điều Mã 調馬 Assa, Haya, S. 42. 5.

* Biệt dịch, No. 100(124)

(910) Hung Ác 兇惡 Caṇḍa, S. 42. 1.

* Biệt dịch, No. 100(125)

(911) Ma-ni-châu-kế 摩尼珠髻 Maṇicūḷaka, S. 42. 10.

* Biệt dịch, No. 1009126)

(912) Vương Đảnh 王頂 Rāsiya, S. 42. 12.

* Biệt dịch, No. 100(127)

(913) Kiệt-đàm 竭曇 Bhadraka, S. 42. 11.

* Biệt dịch, No. 100(128)

(914) Đao Sư Thị 刀師氏 Kula, S. 42. 9.

* Biệt dịch, No. 100(129)

(915) Đao Sư Thị 刀師氏 Desanā, S. 42. 7.

* Biệt dịch, No. 100(130)

(916) Đạo Sư Thị 刀師氏 Saṅkha, S. 42. 8.

* Biệt dịch, No. 100(131)

(917) Tam Chủng Điều Mã 三種調馬 Assakhaluṅka, A. III. 137.

* Biệt dịch, No. 100(143)

(918) Thuận Lương Mã 順良馬 Assakhaluṅka, A. III. 138.

* Biệt dịch, No. 100(144)

Quyển XXXIII

(919) Lương Mã 良馬 Assakhaluṅka, A. III. 139.

* Biệt dịch, No. 100(145)

(920) Tam Lương Mã 三良馬 Tayo, A. III. 94.

* Biệt dịch, No. 100(146)

(921) Tứ Năng 四能 Ājañña, A. IV. 256-257.

* Biệt dịch, No. 100(147)

(922) Tiên Ảnh 箠影 Patoda, A. IV. 113.

* Biệt dịch, No. 100(148)

(923) Chỉ Thi 只尸 Kesi, A. IV. 111.

(924) Hữu Quá 有過 Khaluṅka, A. VIII. 14.

   * Biệt dịch, No. 100(149)

(925) Bát Chủng Đức 八種德 Ājañña, A. VIII. 13.

   * Biệt dịch, No. 100(150)

(926) Sắn-đà Ca-chiên-diên 詵陀迦旃延 Sekkha, A. XI. 10.

   * Biệt dịch, No. 100(151)

(927) Ưu-bà-tắc 優婆塞 Mahānāma, S. 55. 37.

   * Biệt dịch, No. 100(152)

(928) Thâm Diệu Công Đức 深妙功德 Mahānāma, S. 55. 49.

   * Biệt dịch, No. 100(153)

(929) Nhất Thiết Sự 一切事 Mahānāma, A. VIII. 25.

   * Biệt dịch, No. 100(154)

(930) Tự Khủng 自恐 Mahānāma, S. 55. 21.

   * Biệt dịch, No. 100(155)

(931) Tu Tập Trụ 修習住 Mahānāma, A. VI. 10.

   * Biệt dịch, No. 100(156)

(932) Thập Nhất 十一 Mahānāma, A. XI. 12.

* Biệt dịch, No. 100(157)

(933) Thập Nhị 十二 Mahānāma, A. XI. 13.

(934) Giải Thoát 解脫 Sakka, A. III. 73.

* Biệt dịch, No. 100(158)

(935) Sa-đà 沙陀 Godha, S. 55. 23.

* Biệt dịch, No. 100(159)

(936) Bách Thủ 百手 Sarakāni, S. 55. 24.

* Biệt dịch, No. 100(160)

(937) Huyết 血 Tiṁsamattā, S. 15. 13.

* Biệt dịch, No. 100(330)

(938) Lệ 淚 Assu, S. 15. 3.

* Biệt dịch, No. 100(331)

(939) Mẫu Nhũ 母乳 Khīra, S. 15. 4.

* Biệt dịch, No. 100(332)

Quyển XXXIV

(940) Thảo Mộc 草木 Tiṇakattha, S. 15. 1.

* Biệt dịch, No. 100(333)

(941) Thổ Hoàn Liệp 土丸躐 Pathavī, S. 15. 2.

* Biệt dịch, No. 100(334)

(942) An Lạc 安樂 Sukhita, S. 15. 12.

* Biệt dịch, No. 100(335)

(943) Khổ Não 苦惱 Duggata, S. 15. 11.

* Biệt dịch, No. 100(336)

(944) Khủng Bố 恐怖 cf. các kinh trên.

* Biệt dịch, No. 100(337)

(945) Ái Niệm 愛念 Mātā &c, S. 15. 14-19.

* Biệt dịch, No. 100(3380

(946) Hằng Hà 恒河 Gaṅgā, S. 15. 8.

* Biệt dịch, No. 100(339)

(947) Luy Cốt 累骨 Puggala, S. 15. 10.

* Biệt dịch, No. 100(340)

(948) Thành Trì 城池 Sāsapa, S. 15. 6.

* Biệt dịch, No. 100(341)

(949) Sơn 山 Pabbata, S. 19. 5.

* Biệt dịch, No. 100(342)

(950) Quá Khứ 過去 Sāvakā, S. 15. 7.

* Biệt dịch, No. 100(343)

(951) Vô Hữu Nhất Xứ 無有一處.

* Biệt dịch, No. 100(344)

(952) Vô Bất Nhất Xứ 無不一處.

* Biệt dịch, No. 100(345)

(953) Đại vũ hồng chú 大雨洪澍.

* Biệt dịch, No. 100(346)

(954a) ....

* Biệt dịch, No. 100(347)

(954b) Trịch Trượng 擲杖 Daṇḍa, S. 15. 9.

* Biệt dịch, No. 100(348)

(955) Ngũ Tiết Luân 五節輪. Biệt dịch, No. 100(349)

(956) Tì-phú-la 毘富羅 Vepullapbbataṃ, S. 15. 20.

* Biệt dịch, No. 100(350)

(957) Thân Mạng 身命 cf. Kutūhalasālā S. 44. 9.

  * Biệt dịch, No. 100(190)

(958) Mục-liên 目蓮 Moggalāna (Āyatana), S. 44. 8.

  * Biệt dịch, No. 100(191)

(959a) Kỳ Tai 奇哉.

  * Biệt dịch, No. 100(192)

(959b) Sabhiya, S. 44. 11.

  * Biệt dịch, No. 100(193)

(960) Kỳ Đặc 奇特 Aññāṇā, S. 33. 2-3.

  * Biệt dịch, No. 100(194)

(961) Hữu Ngã 有我 Atthatta, S. 44. 10.

  * Biệt dịch, No. 100(195)

(962) Kiến 見 Aggivacchagotta, M. 72.

  * Biệt dịch, No. 100(196)

(963) Vô Tri 無知 Aññāṇa, S. 33. 1.

  * Biệt dịch, No. 100(197)

(964) Xuất Gia 出家 Mahā-Vacchagotta, M. 73.

  * Biệt dịch, No. 100(198)

(965) Uất-đê-ca 鬱低迦 Uttiya, A. X. 95.

  * Biệt dịch, No. 100(199)

(966) Phú-lân-ni 富鄰尼 Puṇṇiya, A. X. 83.

  * Biệt dịch, No. 100(200)

(967) Câu-ca-na 俱迦那 Kokanuda, A. X. 96.

  * Biệt dịch, No. 100(201)

(968) Cấp Cô Độc 級孤獨 Diṭṭhi, A. X. 93.

  * Biệt dịch, No. 100(202)

(969) Trường Trảo 長爪 Dīghanakha, M. 74.

  * Biệt dịch, No. 100(203)

Quyển XXXV

(970) Xá-la-bộ 舍羅步 Sarabha, A. III. 64.

  * Biệt dịch, No. 100(204)

(971) Thượng Tọa 上坐.

  * Biệt dịch, No. 100(205)

(972) Tam Đế 三諦 Sacca, A. IV. 185.

  * Biệt dịch, No. 100(206)

(973) Chiên-đà 栴陀 Channa, A. III. 71.

* Biệt dịch, No. 100(207)

(974-975) ....

* Biệt dịch, No. 100(208-209)

(976) Sandiṭṭhika, A. VI. 47.

* Biệt dịch, No. 100(210)

(977) Thi-bà 尸婆 Sīvaka, S. 36. 21.

* Biệt dịch, No. 100(211)

(978) Thương Chủ 商主 Khata? A. IV. 3.

* Biệt dịch, No. 100(212)

(979) Tu-bạt-đà-la 須跋陀羅 Mahāparinibbāna, D. XVI; V. 23-30.

* Biệt dịch, No. 100(213)

(980) Niệm Tam Bảo 念三寶.

(981) Tồi Phục Tràng 摧伏幢 Dhajagga, S. 11. 1-3.

(982-983) A-nan Xá-lợi-phất 阿難舍利弗 Ānanda-Sāriputta, A. III. 32.

(984) Ái 愛 Taṅhā, A. IV. 199.

(985) Ái 愛 Pemā, A. IV. 200.

(986-987) ....

(988-989) Đế Thích 帝釋 Sakka, S. 40. 10.

(990) Lộc Trụ 鹿住 Migasālā, A. X. 75.

(991) Lộc Trụ 鹿住 Migasālā, A. VI. 44.

(992) Phước Điền 福田 Dakkhiṇeyya, A II. 44.
   * *Trung*, No. 26(127)

Quyển XXXVI

(996) Kiêu Mạn 憍慢 Mānakāma, S. 1. 1. 9.
   * Biệt dịch, No. 100(133)

(993) Tán Thượng Toạ 讚上座.
   * Biệt dịch, No. 100(256)

(994) Bà-kỳ-xá Tán Phật 婆耆舍讚佛.
   * Biệt dịch, No. 100(257)

(995) A-luyện-nhã 阿練若 Araññe, S. 1. 1. 10.
   * Biệt dịch, No. 100(132)

(997) Công Đức Tăng Trưởng 功德增長 Vanaropa, S. 1.

5. 7.

    * Biệt dịch, No. 100(134)

(998) Kiṁdada, S.1. 5. 2.

    * Biệt dịch, No. 100(135)

(999) Hoan Hỷ 歡喜 Serī, S. 2. 3. 3.

    * Biệt dịch, No. 100(136)

(1000) Viễn Du 遠遊 Mitta, S. 1. 6. 3.

    * Biệt dịch, No. 100(137)

(1001) Xâm Bức 侵逼 Upaneyya, S. 1. 1. 3.

    * Biệt dịch, No. 100 (138)

(1002) Đoạn Trừ 斷除 Kati chande, S. 1. 1. 5.

    * Biệt dịch, No. 100(140)

(1003) Giác Miên 覺眠 Jāgara, S. 1. 1. 6.

    * Biệt dịch, No. 100(141)

(1004) Hỗ Tương Hoan Hỷ 互相歡喜 Nandati, S. 1. 2. 2.

    * Biệt dịch, No. 100(142)

(1005) Nhân Vật 人物 Vatthu, S. 1. 6. 4.

    * Biệt dịch, No. 100(231)

(1006) Sở Ái 所愛 Natthi puttasamam, S. 1. 2. 3.

  * Biệt dịch, No. 100(232)

(1007) Sát-lợi 刹利 Khattiya, S. 1. 2. 4.

  * Biệt dịch, No. 100(233)

(1008) Chủng Tử 種子 Vutthi, S. 1. 8. 4. ; Loka, S. 1. 7. 10.

  * Biệt dịch, No. 100(234-235)

(1009) Tâm 心 Citta, S. 1. 7. 2.

  * Biệt dịch, No. 100(236)

(1010) Phược 縛 Saṁyojana, S. 1. 7. 4.

  * Biệt dịch, No. 100(237)

(1011) Yếm 厭 Pihita, S. 1. 7. 8.

  * Biệt dịch, No. 100(238)

(1012) Vô Minh 無明.

  * Biệt dịch, No. 100(239)

(1013) Tín 信 Vitta, S. 1. 8. 3.

  * Biệt dịch, No. 100(240)

(1014) Đệ Nhị 第二 Dutiya, S. 1. 6. 9.

  * Biệt dịch, No. 100(241)

(1015) Trì Giới 持戒 Jarā, S. 1. 6. 1.

* Biệt dịch, No. 100(242)

(1016) Chúng Sinh 眾生 Janaṁ, S. 1. 6. 6.

* Biệt dịch, No. 100(243)

(1017) Chúng Sinh 眾生 Janaṁ, S. 1. 6. 7.

* Biệt dịch, No. 100(244)

(1018) Chúng Sinh 眾生 Janaṁ, S. 1. 6. 5.

* Biệt dịch, No. 100(245)

(1019) Phi Đạo 非道 Uppatho, S. 1. 6. 8.

* Biệt dịch, No. 100(246)

(1020) Vô Thượng 無上 Nāma, S. 1. 7. 1.

* Biệt dịch, No. 100(247)

(1021) Kệ Nhân 偈人 Kavi, S. 1. 6. 10.

* Biệt dịch, No. 100(248)

(1022) Tri Xa Thặng 知車乘 Ratha, S. 1. 8. 2.

* Biệt dịch, No. 100(249)

Quyển XXXVII

(1023) Phả-cầu-na 叵求那 Phagguna, A. VI. 56.

(1024) A-thấp-ba-thệ 阿濕波誓 Assaji, S. 22. 88.

(1025-1026) Tật Bệnh 疾病 Gilāna, S. 35. 74-75.

(1027) ....

(1028) Tật Bệnh 疾病 Gelañña, S. 36. 7.

(1029) Tật Bệnh 疾病 Gelañña, S. 36. 8.

(1030) ....

(1031) Cấp Cô Độc 級孤獨 Anāthapiṇḍika, S. 55. 27.

(1032) Cấp Cô Độc 級孤獨 Anāthapiṇḍika, S. 55. 26.

(1033) Đạt-ma-đề-li 達摩提離 Dhammadinna, S. 55. 53.

(1034) Trường Thọ Đồng Tử 長壽童子 Dīghāyu, S. 55. 3.

(1035-1037) ....

(1038) Ma-na-đề-na 摩那提那 Mānadinna, S. 47. 30.

(1039) Thuần-đà 淳陀 Cunda, A. X. 176.

(1040) Xả Hành 捨行 Paccorohaṇī, A. X. 167.

(1041) Sanh Văn 生文 Jāṇussoṇi, A. X. 177.

(1042-1043) ....

(1044) Tì-nữu-đa-la 鞞紐多羅 Veludvāra, S. 55. 7.

(1045) Tùy Loại 隨類 Sevitabbabahupuñña (?), A. X. 199.

(1046) Xà Hành 蛇行 Saṁsappaniya, A. X. 205.

(1047-1048) Viên Châu 圓珠 Maṇi, A. X. 206.

(1049) Na Nhân 那因 Hetu, A. X. 174.

(1050) Xuất Pháp Bất Xuất Pháp 出法不出法 Parikamma, A. X. 175.

(1051) Bỉ Ngạn Thử Ngạn 彼岸此岸 Tīra, A. X. 190.

(1052) Chân Thật 眞實 Saddhamma, A. X. 191.

(1053) Ác Pháp 惡法 Pāpadhamma, A. IV. 207-210.

(1054) Chân Nhân Pháp 眞人法 Sappurisadhamma, A. X. 192.

(1055) Thập Pháp 十法 Sikhāpada, A. IV. 201.

(1056) Thập Pháp 十法 Dasa-dhamma, A. X.210.

(1057) Nhị Thập Pháp 二十法 Vīsati-dhamma, A. X. 211.

(1058) Tam Thập Pháp 三十法 Tiṃsā-dhamma, A. X. 212.

(1059) Tứ Thập Pháp 四十法 Cattārisā-dhamma, A. X. 213.

(1060-1061) Saddhamma &c, A. X. 198.

Quyển XXXVIII

(1062) Thiện Sinh 善生 Sujāta, S. 21. 5.

* Biệt dịch, No. 100(1)

(1063) Xú Lậu 臭漏 Bhaddhi, S. 21. 6.

* Biệt dịch, No. 100(2)

(1064) Đề-bà 提婆 Rathapakkanta, S. 17. 35-36.

* Biệt dịch, No. 100(3)

(1065) Tượng Thủ 象手 Hattha.

* Biệt dịch, No. 100(4)

(1066) Nan-đà 難陀 Nanda, S. 21. 8.

* Biệt dịch, No. 100(5)

(1067) Nan-đà 難陀 Nanda, S. 21. 8.

   * Biệt dịch, No. 100(6)

(1068) Đê-sa 低沙 Tissa, S. 21. 9.

   * Biệt dịch, No. 100(7)

(1069) Tỳ-xá-khư 毘舍佉 Visākha, S. 21. 7.

   * Biệt dịch, No. 100(8)

(1070) Niên Thiếu 年少 Nava, S. 21. 4.

   * Biệt dịch, No. 100(9)

(1071) Trưởng Giả 長者 Theranāma, S. 21. 10.

   * Biệt dịch, N0. 100(10)

(1072) Tăng-ca-lam 僧迦藍 Udāna, 1. 8. Saṅgāmaji.

   * Biệt dịch, No. 100(11)

(1073) Gandha, A. III. 79.

   * Biệt dịch, No. 100(12)

   * *Tăng Nhất*, No. 125(23.5)

     * No. 116 *Phật thuyết giới đức hương kinh* 佛說戒德香經, 1 quyển, Trúc-đàm-vô-lan 竺曇無蘭 dịch.

     * No. 117 *Phật thuyết giới hương kinh* 佛說戒香經, 1 quyển, Pháp Hiền 法賢 dịch.

(1074) Vinaya, M. 1. 22.

* Biệt dịch, No. 100(13)

(1075) Vinaya, C. IV. 4. 4.

* Biệt dịch, No. 100(14)

(1076) Udāna, VIII. 10.

* Biệt dịch, No. 100(15)

(1077) Tặc 賊 Aṅgulimāla, M. 86.

* Biệt dịch, No. 100(16)

* *Tăng Nhất*, No. 125(38.6)

* No. 118 *Phật thuyết* Ương-quật-ma kinh 佛說鴦掘摩經, 1 quyển, Trúc Pháp Hộ 竺法護 dịch.

* No. 119 *Phật thuyết* Ương-quật-kế kinh 佛說鴦掘髻經, 1 quyển, Pháp Cự 法炬 dịch.

* No. 120 Ương-quật-ma-la kinh 央掘魔羅經, 4 quyển, Cầu-na-bạt-đà-la 求那跋陀羅 dịch.

(1078) Tán-Đảo-Tra 散島吒 Samiddhi, S. 1. 2. 10.

* Biệt dịch, No. 100(17)

(1079) .... Biệt dịch, No. 100(18)

(1080) .... Biệt dịch, No. 100(19)

Quyển XXXIX

(1081) Khổ Chủng 苦種 Kaṭuviya, A. III. 126.

* Biệt dịch, No. 100(20)

(1082) ....

* Biệt dịch, No. 100(210

(1083) Ngẫu Căn 偶根 Nāga, S. 20. 9.

* Biệt dịch, No. 100(22)

(1084) Trường Thọ 長壽 Āyu, S. 4. 1. 9.

* Biệt dịch, No. 100(23)

(1085) Trường Thọ 長壽 Āyu, S. 4. 1. 10.

* Biệt dịch, No. 100(24)

(1086) Ma Phược 魔縛 Mānasa, S. 4. 2. 5.

* Biệt dịch, No. 100(25)

(1087) Miên 眠 Suppati, S. 4. 1. 7.

* Biệt dịch, No. 100(26)

(1088) Kinh Hành 經行 Pāsāna, S. 4. 2. 1.

* Biệt dịch, No. 100(27)

(1089) Đại Long 大龍 Sappa, S. 4. 1. 6.
 * Biệt dịch, No. 100(28)

(1090) Thuỵ Miên 睡眠 Sakalaka, S. 4. 2. 3.
 * Biệt dịch, No. 100(29)

(1091) Cù-đề-ca 瞿低迦 Godhika, S. 4. 3. 3.
 * Biệt dịch, No. 100(30)

(1092) Ma Nữ 魔女 Dhītaro, S. 4. 3. 4-5.
 * Biệt dịch, No. 100(31)

(1093) Tịnh Bất Tịnh 淨不淨 Subha, S. 4. 1. 3.
 * Biệt dịch, No. 100(32)

(1094) Khổ Hành 苦行 Tapo, S. 4. 1. 1.

(1095) Khất Thực 乞食 Piṇḍa, S. 4. 2. 8.

(1096) Thằng Sách 繩索 Pāsa, S. 4. 1. 4-5.

(1097) Thuyết Pháp 說法 Patirūpa, S. 4. 2. 4.

(1098) Tác Vương 作王 Rajja, S. 4. 2. 10.

(1099) Chúng Đa 眾多 Sambahulā, S. 4. 3. 1.

(1100) Thiện Giác 善覺Samiddhi, S. 4. 3. 2.

(1101) Sư Tử 獅子 Sīha, S. 4. 2. 2.

(1102) Bát 鉢 Patta, S. 4. 2. 6.

(1103) Nhập Xứ 入處 Āyatana, S. 4. 2. 7.

Quyển XL

(1104) Thất chủng thọ 七種受 Devā, S. 11. 2. 1.

   * Biệt dịch, No. 100(33)

(1105) Ma-ha-lị 摩訶利 Devā, S. 11. 2. 3.

   * Biệt dịch, No. 100(34)

   * Tạp, No. 101(21)

(1106) Hà Nhân 何因 Devā, S. 11. 2. 2.

   * Biệt dịch, No. 100(35)

(1107) Dạ-xoa 夜叉鬼 Dubbaṇṇiya, S. 11. 3. 2.

   * Biệt dịch, No. 100(36)

(1108) Hành Nhẫn Nhục 行忍辱 Akodhana, S. 11. 3. 4-5.

   * Biệt dịch, No. 100(37)

(1109) Thiện Luận Nghị 善論議 Subhāsita-jaya, S. 11. 1. 5.

   * Biệt dịch, No. 100(38)

(1110) Ngũ Phược 五縛 Vepacitti, S. 11. 1. 4.
  * Biệt dịch, No. 100(39)

(1111) Kính Phật 敬佛 Sakka-namassana, S. 11. 2. 9.
  * Biệt dịch, No. 100(40)

(1112) Kính Pháp 敬法 Sakka-namassana, S. 11. 2. 8.
  * Biệt dịch, No. 100(41)

(1113) Kính Tăng 敬僧 Sakka-namassana, S. 11. 2. 10.
  * Biệt dịch, No. 100(42)

(1114) Tú-tì-lê 宿毘梨 Suvīra, S. 11. 1. 1.
  * Biệt dịch, No. 100(43)

(1115) Tiên Nhân 仙人 Isayo, S. 11. 1. 100.
  * Biệt dịch, No. 100(44)

(1116) Diệt Sân 滅瞋 Chetvā, S. 11. 3. 1.
  * Biệt dịch, No. 100(45)

(1117) Nguyệt Bát Nhật 月八日 Devadūta, A. III. 37.
  * Biệt dịch, No. 100(46)

(1118) Bệnh 病 Māyā, S. 11. 3. 3.
  * Biệt dịch, No. 100(47)

(1119) Bà-trĩ 婆稚 Verocana, S. 11. 1. 8.

 * Biệt dịch, No. 100(50)

(1120) Thệ Ước 誓約 Nadubbhiyam, S. 11. 1. 7.

 * Biệt dịch, No. 100(48)

Quyển XLI

(1121) Thích Thị 釋氏 Sakka, A. X. 46.

(1122) Tật Bệnh 疾病 Gilāyana, S. 55. 54.

(1123) Bồ-đề 菩提 Bhaddiya, S. 55. 48.

(1124) Vãng Sinh 往生 Sabhāgata, S. 55. 36.

(1125-1126) Tu-đà-hoàn 須陀洹 Sotāpatta, S. 55. 46.

(1127) ....

(1128-1129) Tu-đà-hoàn 須陀洹 Caturo Phalā, S. 55. 55-58.

(1130) ....

(1131-1134) Nhuận Trạch .... Abhisandha, S. 55. 31-33.

(1135) Tứ Thập Thiên Tử 四十天子 Devacārika,

S. 55. 20.

(1136) Nguyệt Dụ 月喻 Candropama (Hoernle, p. 40); Candupama, S. 16. 3.

* Biệt dịch, No. 100(111)

* No. 121 *Phật thuyết nguyệt dụ kinh* 佛說月喻經, 1 quyển, Thi Hộ 施護 dịch.

(1137) Thí Dữ 施與 Kulupaga, S. 16. 4.

* Biệt dịch, No. 100(112)

(1138) Thắng 勝 Ovāda, S. 16. 6.

* Biệt dịch, No. 100(113)

(1139) Vô Tín 無信 Ovāda, S. 16. 7.

* Biệt dịch, No. 100(114)

(1140) Ovāda, S. 16. 8.

* Biệt dịch, No. 100(115)

(1141) Niên Kỳ 年耆 Jiṇṇa, S. 16. 5.

* Biệt dịch, No. 100(116)

(1142) Tệ Nạp Y 弊納衣 Jhānābhiññā, S. 16. 9.

* Biệt dịch, No. 100(117)

(1143) Tằng Vi Upasayam, S. 16. 10.

* Biệt dịch, No. 100(100(118)

(1144) Chúng Giảm Thiểu 衆咸少 Cīvara, S. 16. 11.

* Biệt dịch, No. 100(119)

Quyển XLII

(1145) Ưng Thí 應施 Issatta (?), S. 3. 3. 4.

* Biệt dịch, No. 100(68)

(1146) Puggala, S. 3. 3. 1.

* Biệt dịch, No. 100(69)

(1147) Thạch Sơn 石山 Pabbatūpama, S. 3. 3. 5.

* Biệt dịch, No. 100(70)

(1148) Xà-kỳ-la 闍祇羅 Jaṭila, S. 3. 2. 1.

* Biệt dịch, No. 100(71)

(1149) Thất Vương 七王 Pañca-rājāno, S. 3. 2. 2.

* Biệt dịch, No. 100(72)

(1150) Suyễn Tức 喘息 Doṇapāka, S. 3. 2. 3.

* Biệt dịch, No. 100(73)

(1151) A-tu-la 阿修羅 Asurindika, S. 7. 1. 3.

   * Biệt dịch, No. 100(74)

   * Tạp, No. 101(25)

(1152) Tân-kì-ca 賓耆迦 Akkosa, S. 7. 1. 2.

   * Biệt dịch, No. 100(75)

(1153) Tân-kì-ca 賓耆迦 Akkosa, S. 7. 1. 2.

   * Biệt dịch, No. 100(76)

(1154) Bilaṅgika, S. 7. 1. 4.

   * Biệt dịch, No. 100(77)

(1155) Vi Nghĩa 違義 Paccanīka, S. 7. 2. 6.

   * Biệt dịch, N0. 100(78)

(1156) Bất Hại 不害 Ahiṃsaka, S. 7. 1. 5.

   * Biệt dịch, No. 100(79)

   * Tạp, No. 101(26)

(1157) Hỏa Dữ 火與 Udaya, S. 7. 2. 2.

   * Biệt dịch, No. 100(80)

(1158) Bà-tứ-tra 婆肆吒 Dhanañjanī, S. 7. 1. 1.

   * Biệt dịch, No. 100(81)

(1159) Ma-cù 魔瞿 Māgha, Sn. 31.

* Biệt dịch, No. 100(82)

(1160) Trì Kim Cái 持金蓋 Suddhika, S. 7. 1. 7.

* Biệt dịch, No. 100(83)

(1161) La-hán Pháp 羅漢法 Aggika, S. 7. 1. 8.

* Biệt dịch, No. 100(84)

(1162) Lão Nam Nữ 老男女.

* Biệt dịch, No. 100(85)

(1163) Lão Tử 老死 Janā, A. III. 51.

* Biệt dịch, No. 100(86)

Quyển XLIII

(1164) Bà-la-diên 婆羅延 Pārāyaṇa, A. VI. 61.

(1165) Tân-đầu-lô 賓頭盧 Piṇḍola, S. 35. 127.

(1166) Thủ Túc Dụ 手足喻 Hatthapādupama, S. 35. 195-196.

(1167) Qui 龟 Kumma, S. 35. 199.

(1168) *Khoáng mạch* [麩-夫+黃] 麥 Yavakalāpi, S. 35. 207.

(1169) Cầm 琴 Vīnā, S. 35. 205.

(1170) Lại Bệnh 癩病 *Chapāṇa,* S. 35. 206. (3-4)

(1171) Lục Chúng Sinh 六衆生 Chappāṇa, S. 35. 206. (5-8).

(1172) Độc Xà 毒蛇 Āsīvisa, S. 35. 197.

(1173) Khổ Pháp 苦法 Dukkhadhammā, S. 35. 203.

(1174) Đại Thọ 大樹 Dārakkhandha, S. 35. 200.

(1175) Khẩn-thú Dụ 緊獸喻 Kiṇsukā, S. 35. 204.

(1176) Lậu Pháp 漏法 Avassuta, S. 35. 202.

(1177) ....

Quyển XLIV

(1178) Bà-tứ-tra 婆四吒 Theragāthā, 133. f. Vāseṭṭha.
  * Biệt dịch, No. 100(92)

(1179) Thất Ngưu 失牛 Bahudhīti. (?), S. 7. 1. 10.
  * Biệt dịch, No. 100(93)

(1180) Trí Giả 智者 Khomadussa, S. 7. 2. 2.
  * Biệt dịch, No. 100(94)

(1181) Thiên Tác 天作 Devahita, S. 7. 2. 3.

* Biệt dịch, No. 100(95)

(1182) Điền Nghiệp 田業 Navakammika (?), S. 7. 2. 7.

* Biệt dịch, No. 100(96)

(1183) Thái Tân 採薪 Kaṭṭhahāra, S. 7. 2. 8.

* Biệt dịch, No. 100(97)

(1184) Tôn-đà-lợi 孫陀利 Sundarika, S. 7. 1. 9.

* Biệt dịch, No. 100(98)

(1185) Tôn-đà-lợi 孫陀利 Vatthūpama, M. 7.

* *Trung*, No. 26(93). Biệt dịch, No. 100(99)

* *Tăng Nhất*, No. 125(13.5)

 * No. 51 *Phật thuyết Phạm Chí Kế Thủy tịnh kinh* 佛說梵志計水淨經, 1 quyển, thất dịch.

(1186-1187) Oanh Phát 鶯發 Jaṭā, S. 7. 1. 6.

* Biệt dịch, No. 100(100)

(1188) Tôn Trọng 尊重 Gārava, S. 6. 1. 2.

* Biệt dịch, No. 100(101)

(1189) Phạm Thiên 梵天 Brahmā, S. 47. 18.

* Biệt dịch, No. 100(102)

* Tạp, No. 101(4)

(1190) Phạm Chúa 梵主 Sanaṅkumāra, S. 6. 2. 1.

* Biệt dịch, No. 100(103)

(1191) Không Nhàn Xứ 空閑處 Andhakavinde, S. 6. 2. 3.

* Trường, No. 1(19)

* Biệt dịch, No. 100(104)

(1192) Tập Hội 集會 Samaya, S. 1. 4. 7.

* Biệt dịch, No. 100(105)

* No. 19 *Phật thuyết đại tam ma nhã kinh* 佛說大三摩惹經 1 quyển, Pháp Thiên 法天 dịch.

(1193) Cù-ca-lê 瞿迦梨 Kokalika, S. 6. 1. 7-9.

* Biệt dịch, No. 100(106)

* Tạp, No. 101(5)

(1194) Phạm Thiên (2) Pamāda, S. 6. 1. 6.

* Biệt dịch, No. 100(107)

(1195) Bà-cú Phạm 婆句梵 Bako Brahmā, S. 6. 1. 4.

* Biệt dịch, No. 100(108)

(1196) Tà Kiến 邪見 Aparā diṭṭhi, S. 6. 1. 5.

* Biệt dịch, No. 100(109)

(1197) Nhập Diệt 入滅 Parinibbāna, S. 6. 2. 5.

* *Trường*, No. 1(19)

* Biệt dịch, No. 100(110)

* No. 5 *Phật bát-nê-hoàn kinh* 佛般泥洹經, 2 quyển, Bạch Pháp Tổ 白法祖 dịch.

* No. 6 *Bát-nê-hoàn kinh* 般泥洹經, 2 quyển, thất dịch.

* No. 7 Đại bát-*niết-bàn kinh* 大般涅槃經, 3 quyển, Pháp Hiền 法顯 dịch.

Quyển XLV

(1198) A-lạp-tỳ 阿臘毘 Ālavikā, S. 5. 1.

* Biệt dịch, No. 100(214)

(1199) Tô-ma 蘇摩 Somā, S. 5. 2.

* Biệt dịch, No. 100(215)

(1200) Cù-đàm-di 瞿曇彌 Gotamī, S. 5. 3.

* Biệt dịch, No. 100(216)

(1201) Liên Hoa Sắc 蓮華色 Uppalavaṇṇā, S. 5. 5.

* Biệt dịch, No. 100(217)

(1202) Thi-la 尸羅 Vajirā, S. 5. 10.

* Biệt dịch, No. 100(218)

(1203) Tỳ-la 毘羅 Selā, S. 5. 9.

* Biệt dịch, No. 100(219)

(1204) Tỳ-xà-da 毘闍耶 Vijayā, S. 5. 4.

* Biệt dịch, No. 100(220)

(1205) Giá-lLa 遮羅 Cālā, S. 5. 6.

* Biệt dịch, No. 100(221)

(1206) Ưu-ba-giá-la 優波遮羅 Upacālā, S. 5. 7.

* Biệt dịch, No. 100(222)

(1207) Thi-lợi-sa-giá-la 尸利沙遮羅 Sīsupacālā, S. 5. 8.

* Biệt dịch, No. 100(223)

(1208) Yết-già 揭伽 Gaggarā, S. 8. 11.

* Biệt dịch, No. 100(224)

(1209) Kiều-trần-như 橋陳如 Koṇḍaññā, S. 8. 9.

* Biệt dịch, No. 100(225)

(1210) Xá-lợi-phất 舍利弗 Sāriputta, S. 8. 6.

* Biệt dịch, No. 100(226)

(1211) Na-già Sơn 那伽山 Moggallāna, S. 8. 10.

* Biệt dịch, No. 100(2270)

(1212) *Hoài Thọ* 懷受 Pravāraṇā (Hoernle. p. 32.); Pavāraṇā, S. 8. 7.

* *Trung*, No. 26(121)

* Biệt dịch, No. 100(228)

* *Tăng Nhất*, No. 125(32.5)

* No. 61 *Phật thuyết thọ tân tuế kinh* 佛說受新歲經, 1 quyển, Trúc Pháp Hộ 竺法護 dịch.

* No. 62 *Phật thuyết tân tuế kinh* 佛說新歲經, 1 quyển, Trúc Đàm Vô Lan 竺曇無蘭 dịch.

* No. 63 *Phật thuyết giải hạ kinh* 佛說解夏經, 1 quyển, Pháp Hiền 法賢 dịch.

* *Phân Biệt Công Đức Luận Trung* 分別功德論中.

(1213) Bất Lạc 不樂 Aratī, S. 8. 2.

* Biệt dịch, No. 100(229)

(1214) Tham Dục 貪欲 Ānanda, S. 8. 4.

* Biệt dịch, No. 100(230)

(1215) Xuất Ly 出離 Nikkhanta, S. 8. 1.

* Biệt dịch, No. 100(250)

(1216) Kiêu Mạn 憍慢 Pesalātimaññanā, S. 8. 3.

* Biệt dịch, No. 100(251)

(1217) Bản Dục Cuồng Hoặc 本欲狂惑 Vaṅgīsa, S. 8. 12.

* Biệt dịch, No. 100(252)

(1218) Tứ Pháp Cú 四法句 Subhāsitā, S. 8. 5.

* Biệt dịch, No. 100(253)

(1219) Na-già Sơn Trắc 那伽山側 Parosahassa, S. 8. 8.

(1220) Bạt Tiễn 拔箭.

* Biệt dịch, No. 100(254)

(1221) Ni-câu-luật Tưởng 尼拘律想 Vaṅgīsa, Sn. 24.

* Biệt dịch, No. 100(255)

Quyển XLVI

(1222) ....

* Biệt dịch, No. 100(43)

(1223) Dalidda, S. 11. 2. 4.

* Biệt dịch, No. 100(51)

(1224-1225) Đại Tế Tự 大際祀 Yajamāna, S. 11. 2. 6.

* Biệt dịch, No. 100(52)

(1226) Dahara, S. 3. 1. 1.

* Biệt dịch, No. 100(53)

(1227) Tổ Mẫu 祖母 Ayyakā, S. 3. 3. 2.

* Biệt dịch, No. 100(54)

* Tăng Nhất, No. 125(26.7)

* No. 122 *Phật thuyết Ba-tư-nặc Vương Thái Hậu băng trần thổ bôn thân kinh* 佛說波斯匿王太后崩塵土坌身經, 1 quyển, Pháp Cự 法炬 dịch.

(1228) Tự Niệm 自念 Piya, S. 3. 1. 4.

* Biệt dịch, No. 100(55)

(1229) Tự Hộ 自護 Attānarakkhita, S. 3. 1. 5.

* Biệt dịch, No. 100(56)

(1230) Tài Lợi 才利 Appakā, S. 3. 1. 6.

* Biệt dịch, No. 100(58)

(1231) Tham Lợi 貪利 Atthakaraṇa, S. 3. 1. 7.

* Biệt dịch, No. 100(57)

(1232) Xan Lận 慳吝 Aputtaka, S. 3. 2. 9.

* Biệt dịch, No. 100(59)

(1233) Xan Lận 慳吝 Aputtaka, S. 3. 2. 10.

* Biệt dịch, No. 100(60)

(1234) Tế Tự 際祀 Yañña, S. 3. 1. 9.

* Biệt dịch, No. 100(61)

(1235) Hệ Phược 繫縛 Bandhana, S. 3. 1. 10.

* Biệt dịch, No. 100(62)

(1236) Chiến Đấu 戰鬪 Saṅgāma, S. 3. 2. 4.

* Biệt dịch, No. 100(63)

(1237) Chiến Đấu 戰鬪 Saṅgāma, S. 3. 2. 5.

* Biệt dịch, No. 100(64)

(1238) Bất Phóng Dật 不放逸 Appamāda, S. 3. 2. 8.

* Biệt dịch, No. 100(65)

(1239) Bất Phóng Dật 不放逸 Appamāda, S. 3. 2. 7.

* *Trung*, No. 26(141)

* Biệt dịch, No. 100(66)

(1240) Tam Pháp 三法 Rājā, S. 3. 1. 3.

   * Biệt dịch, No. 100(67)

Quyển XLVII

(1241-1242) Cung Kỉnh Trụ 恭敬住 ......

(1243) Dhamma, It. 42.

(1244) ....

(1245) Ác Hành 惡行 Pāpaṇika, A. III. 17.

(1246) Luyện Kim 練金 Suvaṇṇakāra (13-14), A. III. 100.

(1247) Luyện Kim 練金 Suvaṇṇakāra (1-5), A. III. 100.

(1248) Mục Ngưu Giả 牧牛者 Gopālaka, M. 34.

   * *Tăng Nhất*, No. 125(49.1)

   * No. 123 *Phật thuyết phóng ngưu kinh* 佛說放牛經, 1 quyển, Cưu-ma-la-thập 鳩摩羅什 dịch.

   * No. 124 *Duyên khởi kinh* 緣起經, 1 quyển, Huyền Trang 玄奘 dịch.

(1249) Mục Ngưu Giả 牧牛者 Gopālaka, M. 33.

(1250-1251) 那提迦 Na-đề-ca Nāgita, A. V. 30; A. VI. 42;

A. VIII. 86.

(1252) Li-xa Tử 離車子 Kaliṅgara, S. 20. 8.

(1253) Tam Bách Phủ 三百府 Ukkā, S. 20. 4.

(1254) Đa Nữ Nhân 多女人 Kula, S. 20. 3.

(1255) Chuỷ Thủ 匕手 Satti, S. 20. 5.

(1256) Trảo Thổ 爪土 Nakkhasikha, S. 20. 2.
  * Biệt dịch, No. 100(22)

(1257) Cung Thủ 弓手 Dhammaggaha, S. 20. 6.

(1258) Āṇi, S. 20. 7.

(1259) ....

(1260) Miêu Ly 猫離 Bilāra, S. 20. 10.

(1261) ....

(1262) Dã Hồ 野狐 Siṅgālaka, S. 20. 11.

(1263) Phẩn Thỉ 糞屎 Pilhika, S. 17. 5.

(1264) Dã Hồ 野狐 Siṅgāla, S. 17. 8.

(1265) Bạt-ca-lê 跋迦梨 Vakkali, S. 22. 87.

(1266) Xiển-đà 闡陀 Channa, S. 35. 87.

Quyển XLVIII

(1267) Sử Lưu 使流 Ogha, S. 1. 1. 1.

* Biệt dịch, No. 100(180)

(1268) Giải Thoát 解脫 Nimokkha, S. 1. 1. 2.

* Biệt dịch, No. 100(179)

(1269) Chiên Đàn 檀亶 S. 2. 2. 5.

* Biệt dịch, No. 100(178)

(1270) Câu-ca-ni 拘迦尼.

* Biệt dịch, No. 100(269)

(1271) Câu-ca-ni 拘迦尼.

* Biệt dịch, No. 100(270)

(1272) ....

(1273) Câu-ca-ni 拘迦尼 Pajjuma-dhītā, S. 1. 4. 10.

* Biệt dịch, No. 100(271)

(1274) Câu-ca-ni 拘迦尼 Pajjuma-dhītā, S. 1. 4. 9.

* Biệt dịch, No. 100(272)

(1275) Xúc 觸 Phussati, S. 1. 3. 2.

  * Biệt dịch, No. 100(273)

(1276) An Lạc 安樂 Khema, S. 2. 3. 2.

  * Biệt dịch, No. 100(274)

(1277) Hiềm Trách 嫌責 Ujjhānasaññino, S. 1. 4. 5.

  * Biệt dịch, N0. 100(275)

(1278) Cù-ca-lê 瞿迦梨 Kokāliya, Sn. III. 10.

  * Biệt dịch, No. 100(276)

(1279) Bại Vong 敗亡 Parābhava, Sn. 6.

  * Biệt dịch, No. 100(277)

(1280) Đồng Tử Hí 童子戲.

  * Biệt dịch, No. 100(278)

(1281) Già Ý 遮意 Mano-nivāraṇā, S. 1. 3. 4.

  * Biệt dịch, No. 100(279)

(1282) Đắc Danh Xưng 得名稱.

  * Biệt dịch, No. 100(280)

(1283) Cầu Tài 求才 Siṅgālaka (?), D. 31.

  * Biệt dịch, No. 100(281)

(1284) Thô Ngưu 麤牛 Jātaka, 243. Guttila.

   * Biệt dịch, No. 100(282)

(1285) Hà Pháp Khởi 何炮起 Chetvā, S. 1. 8. 1.

   * Biệt dịch, No. 100(283)

(1286) Phi Thế Gian 非世間 Nasanti; Saddhā. S. 1. 1. 4. &. 6.

   * Biệt dịch, No. 100(284)

(1287) Đồng Xứ 同處 Sabbhi, S. 1. 4. 1.

   * Biệt dịch, No. 100(285)

(1288) Xan Lận 慳吝 Macchari, S. 1. 4. 2.

   * Biệt dịch, No. 100(286)

(1289) Kim thương 金鎗 (槍) Sakalika, S. 1. 4. 8.

   * Biệt dịch, No. 100(287)

(1290) Tì-nữu 毘紐.

   * Biệt dịch, No. 100(288)

(1291) Hỏa Bất Thiêu 火不燒.

   * Biệt dịch, No. 100(289)

(1292) Trì Tư Lương 持思量.

* Biệt dịch, No. 100(290)

(1293) ......

* Biệt dịch, No. 100(292)

Quyển XLIX

(1294) Sở Cầu 所求.

* Biệt dịch, No. 100(291)

(1295) Xa 車

* Biệt dịch, No. 100(293)

(1296) Sanh Tử 生死

* Biệt dịch, No. 100(294)

(1297) Số 數.

* Biệt dịch, No. 100(295)

(1298) Hà Vật 何物

* Biệt dịch, No. 100(296)

(1299) Hà Giới 何戒 Skt. Alpadevatā sūtra.

* Biệt dịch, No. 100(297)

(1300) Ngũ Vị 五味 Indaka, S. 10. 1.

* Biệt dịch, No. 100(298)

(1301) Trường Thắng 長勝

* Biệt dịch, No. 100(300)

(1302) Thi-tì 尸毘 Siva, S. 2. 3. 1.

* Biệt dịch, No. 100(301)

(1303) Nguyệt Tự Tại 月自在 Candimasa, S. 2. 2. 1.

* Biệt dịch, No. 100(302)

(1304) Vi-nựu 違紐 Veṇdu, S. 2. 2. 2.

* Biệt dịch, No. 100(303)

(1305) Ban-xà-la-kiện 般闍羅揵 Pañcalacaṇḍa, S. 2. 1. 7.

* Biệt dịch, No. 100(304)

(1306) Tu Thâm 須深 Susima, S. 2. 8. 3.

* Biệt dịch, No. 100(305)

(1307) Xích Mã 赤馬 Rohita, S. 2. 3. 6.

* Biệt dịch, No. 100(306)

(1308) Ngoại Đạo 外道 Nānātitthiya, S. 2. 3. 10.

* Biệt dịch, No. 100(307)

(1309) Ma-già 摩伽 Māgha, S. 2. 1. 3.

* Biệt dịch, No. 100(308)

(1310) Di-kỳ-ca 彌耆迦 Māgadha (= Pajjota), S. 2. 1. 4.

* Biệt dịch, No. 100(309)

(1311) Đà-ma-ni 陀摩尼 Dāmali, S. 2. 1. 5. Biệt dịch, No. 100(310)

(1312) Đa-la-kiền-đà 多羅捷陀陀 Kati Chinde, S. 1. 1. 5.

* Biệt dịch, No. 100(311)

(1313) Ca-ma 迦摩 Kāmada, S. 2. 1. 6.

* Biệt dịch, No. 100(312)

(1314) Châm Mao quỷ 針毛鬼 Suciloma, S. 10. 3.

* Biệt dịch, No. 100(313)

(1315-1316) Chiên-đàn 亶檀 Candana, S. 2. 2. 4-5.

* Biệt dịch, No. 100(314-315)

(1317-1318) Ca-diếp 迦葉 Kassapa, S. 2. 2. 1-2.

* Biệt dịch, No. 100(316-317)

(1319) Khuất-ma 屈摩 Maṇibhadda, S. 10. 4.

* Biệt dịch, No. 100(318)

(1320) Xem Udāna, 1. 7. Pāṭali & Pāvāyaṁ.

  * Biệt dịch, No. 100(319)

(1321) Tất-lăng-già Quỷ 畢陵伽鬼 Piyaṅkara, S. 10. 6.

  * Biệt dịch, No. 100(320)

(1322) Phú-na-bà-tẩu 富那婆藪 Punabbasu, S. 10. 7.

  * Biệt dịch, No. 100(321)

(1323) Ma-ni-giá-la 摩尼遮羅 Mānica-yakkha.

  * Biệt dịch, No. 100(322)

(1324) Châm Mao quỷ 針毛鬼 Suciloma, S. 10. 3.

  * Biệt dịch, No. 100(323)

Quyển L

(1325) Quỷ Ám 鬼暗 Sānu, S. 10. 5.

  * Biệt dịch, No. 100(324)

(1326) A-lạp quỷ 阿勝鬼 Alavam, S. 10. 12.

  * Biệt dịch, No. 100(325)

(1327) Thúc-ca-la 叔迦羅 Sukkā, S. 10. 9-10.

  * Biệt dịch, No. 100(327)

(1328) Tì-la 毘羅 Vīrā, S. 10. 11.
   * Biệt dịch, No. 100(326)

(1329) Hê-ma-ba-đê 醯魔波低 Hemavata, Sn. 9.
   * Biệt dịch, No. 100(328)

(1330) Ưu-ba-già-tra 優波伽吒 Udāna, 4. 4. Juṇha.
   * Biệt dịch, No. 100(329)

(1331) Chúng Đa 衆多 Cārika, S. 9. 4.
   * Biệt dịch, No. 100(351)

(1332) Thuỵ Miên 睡眠 Uṭṭhāna (?), S. 9. 2.
   * Biệt dịch, No. 100(352)

(1333) Viễn Ly 遠離 Viveka, S. 9. 1.
   * Biệt dịch, No. 100(353)

(1334) Bất Chánh Tư Duy 不正思惟 Ayoniso, S. 9. 11.
   * Biệt dịch, No. 100(354)

(1335) Majjhantika, S. 9. 12.
   * Biệt dịch, No. 100(355)

(1336) A-na-luật 阿那律 Anuruddha, S. 9. 6.
   * Biệt dịch, No. 100(356)

(1337) Tụng Kinh 頌經 Sajjhāya, S. 9. 10.

* Biệt dịch, No. 100(357)

(1338) Bát-đàm-ma 八曇摩 Padumapuppha, S. 9. 14.

* Biệt dịch, No. 100(358)

(1339) Kassappagotta, S. 9. 3.

* Biệt dịch, No. 100(359)

(1340) Kiêu-mâu-ni 憍牟尼 Vajjiputta, S. 9. 9.

* Biệt dịch, No. 100(360)

(1341) Chỉ Trì Giới 只持戒 Ānanda, S. 9. 5.

* Biệt dịch, No. 100(361)

(1342) Na-ca-đạt-đa 那迦達多 Nāgadatta, S. 9. 7.

* Biệt dịch, No. 100(362)

(1343) Phóng Túng 放縱 Sambahulā bhikkhū, S. 9. 13.

* Biệt dịch, No. 100(363)

(1344) Gia Phụ 家父 Ogaḷha, S. 9. 8.

* Biệt dịch, No. 100(364)

(1345-1362) ....

B. ĐỐI CHIẾU TẠP A HÀM & HÁN DỊCH ĐƠN HÀNH BẢN

*Số hiệu của kinh, theo **Đại chánh tạng** (Taisho)*

Số 100. *Biệt Dịch Tạp A-Hàm Kinh* 別譯雜阿含經, 16 quyển, 364 kinh.

Skt. *Saṃyuktāgama.*

Hán dịch: Tần Đại 秦代 (Tl. 350-431) Thất dịch.

(1-32) = No. 99(1062-1103)

(33-47) = No. 99(1104-1118)

(48) = No. 99(1120)

(49) = No. 99(1222)

(50) = No. 99(1119)

(51-67) = No. 99(1223-1240)

(68-86) = No. 99(1145-1163)

(87) A. III. 52. Janā.

(88-91) = No. 99(88-91)

(92-110) = No. 99(1178-1197)

(111-119) = No. 99(1136-1144)

(120-131) = No. 99(905-916)

(132-142) = No. 99(995-1004)

(143-160) = No. 99(917-936)

(161-172) = No. 99(576-588)

(173-174) = No. 99(599-600)

(175) = No. 99(598)

(176-177) = No. 99(601-602)

(178) = No. 99(1269)

(179) = No. 99(1268)

(180) = No. 99(1267)

(181-182) = No. 99(596-597)

(183-189) = No. 99(589-595)

(190-213) = No. 99(957-979)

(214-255) = No. 99(1198-1221)

(256-257) = No. 99(993-994)

(258-268) = No. 99(92-102)

(269-329) = No. 99(1270-1330)

(330-350) = No. 99(937-956)

(351-364) = No. 99(1331-1344)

Số 101. *Tạp A-Hàm Kinh* 雜阿含經, 1 quyển, 27 kinh.

Skt. Saṃyuktāgama.

Hán dịch: Ngô Nguỵ Đại 吳魏代 (Tl. 222-280) Thất dịch.

(1) Phật tại Câu-tát quốc 佛在拘薩國 Kasi, Sn. 4; S. 2. 1.

* No. 99(98)

* No. 100(264)

(2) Sanh Văn Bà-la-môn 生聞婆羅門 Vacchagotta, A. III. 57.

* No. 99(95)

* No. 100(261)

(3) Hữu tế kiệt 有際竭.

* No. 99(94)

* No. 100(260)

(4) Phật tại Ưu-đọa Tần quốc 佛在優墮頻國 Brahmā, S. 47. 18.

* No. 99(1189)

* No. 100(102)

(5) Thị thời phạm tự thủ 是時梵自守 Kokālika, S. 6. 1. 7-9

* No. 99(1193)

* No. 100(106)

(6) Hữu tam phương tiện 有三方便.

(7) Bà-la-môn bất tín trọng 婆羅門不信重.

(8) Phật cáo Xá-lợi-viết 佛告舍利曰.

(9-10) ....

(11) Thuyết nhân tự thuyết nhân cốt bất tri hủ 說人自說人骨不知腐, S. 15. 10.

* No. 150(30) (a) *Phật thuyết thất xứ tam quán kinh* 佛說七處三觀經, 1 quyển, 47 kinh, An Thế Cao 安世高 dịch.

(b) *Phật thuyết cửu hoạnh kinh* 佛說九橫經, 1 quyển, An Thế Cao 安世高 dịch.

(12-14) ....

(15) Nhất pháp tướng 一法相 Ekadhamma, S. 54. 1.

* No. 99(802-803)

(16) Hữu nhị lực bổn 有二力本 Bala, A. II. 2. 1.

* No. 99(661)

(17) Hữu tam lực 有三力.

(18) Hữu tứ lực 有四力, A. IV. 5.

(19) Nhân hữu ngũ lực 人有五力

* Cf. No. 125(35.4)

(20) Bất văn giả loại tướng tụ 不聞者類相聚 Asaddha, S. 14. 17-24.

   * No. 99(449-450)

* No. 111 *Phật thuyết tương ưng tương khả kinh* 佛說相應相可經, 1 quyển, Pháp Cự 法炬 dịch.

(21) Thiên thượng thích vi cố thế tại nhân trung 天上釋為故世在人中 Devā, S. 11. 2. 2.

   * No. 99(1105)

   * No. 100(34)

(22) Trảo đầu thổ 爪頭土 Nakhasika, S. 20. 2.

   * No. 99(1256)

(23) Thân vị vô hữu cập đắc 身為無有及得.

(24) Sư tử súc sinh vương 師子畜生王.

(25) A-tu-luân tử bà-la-môn 阿須(遬)輪倫子婆羅門 Asurindika, S. 7. 1. 3.

   * No. 99(1151)

   * No. 100(74)

(26) Bà-la-môn tử danh bất xâm 婆羅門子名不侵 Ahiṁsaka, . 7. 1. 5.

   * No. 99(1156)

   * No. 100(79)

(27) Thất xứ tam quán 七處三觀 Sattaṭṭhāna, S. 22. 57.

* No. 99(42)

* No. 150(1) (a) *Phật thuyết thất xứ tam quán kinh* 佛說七處三觀經, 1 quyển, 47 kinh, An Thế Cao 安世高 dịch. (b) *Phật thuyết cửu hoành kinh* 佛說九橫經, 1 quyển, An Thế Cao 安世高 dịch.

Số 102.

Hán: *Phật Thuyết Ngũ Uẩn Giai Không Kinh* 佛說五蘊皆空經, 1 quyển.

Hán dịch: Đường 唐 (Cảnh Long 景龍 4. Tl. 710), Nghĩa Tịnh 義淨 dịch.

* No. 99(33-34) *Tạp A-hàm kinh* 雜阿含經. Quyển II.

Số 103.

Hán: *Phật Thuyết Thánh Pháp Ấn Kinh* 佛說聖法印經, 1 quyển.

Hán dịch: Tây Tấn 西晉 (Nguyên Khang 元康 4. Tl. 294), Lạp Pháp Hộ 笠法護 dịch.

* No. 99(80) *Tạp A-hàm kinh* 雜阿含經. Quyển III.

* No. 104 *Phật thuyết pháp ấn kinh* 佛說法印經.

Số 104.

Hán: *Phật Thuyết Pháp Ấn Kinh* 佛說法印經, 1 quyển.

Hán dịch: Tống 宋 (Thái Bình Hưng Quốc 太平興國 5. Tl. 980-) Thi Hộ 施護 dịch.

* No. 103 *Phật thuyết thánh pháp ấn kinh* 佛說聖法印經.

* No. 99(80) *Tạp A-hàm kinh* 雜阿含經. Quyển III.

Số 105.

Hán: *Ngũ Ấm Thí Dụ Kinh* 五陰譬喻經, 1 quyển.

Hán dịch: Hậu Hán 後漢 (Kiến Hòa 建和 2 _ Kiến Hòa 建和 3. Tl. 148-170), An Thế Cao 安世高 dịch.

* No. 99(265) *Tạp A-hàm kinh* 雜阿含經. Quyển X.

* No. 106 *Phật thuyết thủy mạt sở phiêu kinh* 佛說水沫所漂經.

Số 106.

Hán: *Phật Thuyết Thủy Mạt Sở Phiêu Kinh* 佛說水沫所漂經, 1 quyển.

Hán dịch: Đông Tấn 東晉 (Thái Nguyên 太元 6 _ 20. Tl. 381-395), Trúc Đàm Vô Lan 竺曇無蘭 dịch.

* No. 99(265) *Tạp A-hàm kinh* 雜阿含經. Quyển X.

* No. 105 *Ngũ ấm thí dụ kinh* 五陰譬喻經.

Số 107.

Hán: *Phật Thuyết Bất Tự Thủ Ý Kinh* 佛說不自守意經, 1 quyển.

Hán dịch: Ngô 吳 (Hoàng Võ 黃武 2 _ Kiến Hưng 建興 2. Tl. 223-253) Chi Khiêm 支謙 dịch.

* No. 99(277) *Tạp A-hàm kinh* 雜阿含經. Quyển XI.

Số 108.

Hán: *Phật Thuyết Mãn Nguyện Tử Kinh* 佛說滿願子經, 1 quyển.

Hán dịch: Đông Tấn Đại 東晉代 (Tl. 317-420) Thất dịch.

* No. 99(311) *Tạp A-hàm kinh* 雜阿含經. Quyển XIII.

Số 109.

Hán: *Phật Thuyết Chuyển Pháp Luân Kinh* 佛說轉法倫經, 1 quyển.

Skt. Dharmacakrapravartaṇa-sūtra.

Hán dịch: Hậu Hán 後漢 (Kiến Hoà 建和 2-Kiến Ninh 建寧 3. Tl. 170) An Thế Cao 安世高 dịch.

* No. 99(379) *Tạp A-hàm kinh* 雜阿含經. Quyển XV.

* No. 110 *Phật thuyết tam chuyển pháp luân kinh* 佛說三轉法輪經.

Số 110.

Hán: *Phật Thuyết Tam Chuyển Pháp Luân Kinh* 佛說三轉法輪經, 1 quyển.

Skt. Dharmacakra-sūtra.

Hán dịch: Đường 唐 (Cảnh Long 景龍 4. Tl. 710) Nghĩa Tịnh 義淨 dịch.

* No. 99(379) *Tạp A-hàm kinh* 雜阿含經. Quyển XV.

* No. 109 *Phật thuyết chuyển pháp luân kinh* 佛說轉法倫經.

Số 111.

Hán: *Phật Thuyết Tương ưng Tương Khả Kinh* 佛說相應相可經, 1 quyển.

Hán dịch: Tây Tấn 西晉 (Huệ Đế Đại 慧帝代. Tl. 290-306), Pháp Cự 法炬 dịch.

* No. 99(449, 450) *Tạp A-hàm kinh* 雜阿含經. Quyển XVI.

* No. 101(20) *Tạp A-hàm kinh* 雜阿含經.

Số 112.

Hán: *Phật Thuyết Bát Chánh Đạo Kinh* 佛說八正道經, 1 quyển.

Hán dịch: Hậu Hán 後漢 (Kiến Hòa 建和 2-Kiến Ninh 建寧 3. Tl. 148-170), An Thế Cao 安世高 dịch.

* No. 99(784, 785) *Tạp A-hàm kinh* 雜阿含經, quyển XXVIII.

Số 113.

Hán: *Phật Thuyết Nan Đề Thích Kinh* 佛說難提釋經 1 quyển.

Skt. Nandapravrajyā-sūtra ?

Hán dịch: Tây Tấn 西晉 (Huệ Đế Đại 惠帝代, Tl. 290-306) Pháp Cự 法炬 dịch.

* No. 99(857) *Tạp A-hàm kinh* 雜阿含經, quyển XXX.

Số 114.

Hán: *Phật Thuyết Mã Hữu Tam Tướng Kinh* 佛說馬有三相經, 1 quyển.

Hán dịch: Hậu Hán 後漢 (Trung Bình 中平 2. Tl. 185-), Chi Diệu 支曜 dịch.

* No. 99(920) *Tạp A-hàm kinh* 雜阿含經. Quyển XXXIII.

* No. 100(146) *Biệt dịch Tạp A-hàm kinh* 別譯雜阿含經, quyển VIII.

Số 115.

Hán: *Phật Thuyết Mã Hữu Bát Thái Thí Nhân kinh* 佛說馬有八態譬人經, 1 quyển.

Hán dịch: Hậu Hán 後漢 (Trung Bình 中平 2. Tl. 185-), Chi Diệu 支曜 dịch.

* No. 99(924) *Tạp A-hàm kinh* 雜阿含經, quyển XXXIII.

* No, 100(149) *Biệt dịch Tạp A-hàm kinh* 別譯雜阿含經, quyển VIII.

Số 116.

Hán: *Phật Thuyết Giới Đức Hương Kinh* 佛說戒德香經, 1 quyển.

Hán dịch: Đông Tấn 東晉 (Thái Nguyên 太元 6 _ 20. Tl. 381-395), Trúc Đàm Vô Lan 竺曇無蘭 dịch.

* No. 99(1073) Tạp A-hàm kinh 雜阿含經, quyển XXXVIII.

* No. 100(12) Biệt dịch Tạp A-hàm kinh 別譯雜阿含經. Quyển I.

* No 117 Phật thuyết giới đức kinh 佛說戒德經.

* No. 125(23. 5) Tăng nhất A-hàm kinh 增一阿含經. Quyển XXIII, Phẩm Địa Chủ 地主品.

Số 117.

Hán: *Phật Thuyết Giới Đức Kinh* 佛說戒德經, 1 quyển.

Hán dịch: Tống 宋 (Hàm Bình 咸平 4. Tl. 1001) Pháp Hiền 法賢 dịch.

* No. 99(1073) Tạp A-hàm kinh 雜阿含經. Quyển XXXVIII.

* No. 100(12) Biệt dịch Tạp A-hàm kinh 別譯雜阿含經. Quyển I.

* No.116 Phật thuyết giới đức hương kinh 佛說戒德香經.

* No. 125(23.5) Tăng nhất A-hàm kinh 增一阿含經. Quyển XXIII, phẩm Địa Chủ 地主品.

Số 118.

Hán: *Phật Thuyết Ương-Quật-Ma Kinh* 佛說鴦掘摩經, 1 quyển.

Hán dịch: Tây Tấn 西晉 (Thái Thủy 太始 2 _ Kiến Hưng Nguyên 建興元. Tl. 266-313) Trúc Pháp Hộ 竺法護 dịch.

* No. 99(1077) Tạp A-hàm kinh 雜阿含經. Quyển XXXVIII.

* No. 100(16) Biệt dịch Tạp A-hàm kinh 別譯雜阿含經. Quyển I.

* No. 125(38.6) Tăng nhất A-hàm kinh 增一阿含經. Quyển XXXVIII, phẩm Lực 力品.

* No. 119 Phật thuyết Ương-quật-kế kinh 佛說鴦掘髻經.

* No. 120 Ương-quật-ma-la kinh 鴦掘魔羅經.

Số 119.

Hán: *Phật Thuyết Ương-Quật-Kế Kinh* 佛說鴦掘髻經, 1 quyển.

Hán dịch: Tây Tấn 西晉 (Huệ Đế Đại 惠帝代, Tl. 290-306) Pháp Cự 法炬 dịch.

* No. 99(1077) Tạp A-hàm kinh 雜阿含經. Quyển XXXVIII.

* No. 100(16) Biệt dịch Tạp A-hàm kinh 別譯雜阿含經. Quyển I.

* No. 125(38.6) Tăng nhất A-hàm kinh 增一阿含經. Quyển XXXVIII, phẩm Lực 力品.

* No. 118 *Phật thuyết Ương-quật-ma kinh* 佛說鴦掘摩經.

* No. 120 *Ương-quật-ma-la kinh* 鴦掘魔羅經.

Số 120.

Hán: Ương-Quật-Ma-La Kinh 鴦掘魔羅經, 4 quyển.

Skt. Ārya-aṅgulimālīya nāma mahāyānasūtra.

Hán dịch: Lưu Tống 劉宋 (Nguyên Gia 元嘉 12 _ 20. Tl. 435-443) Cầu-na-bạt-đà-la 求那跋陀羅 dịch.

* No. 99(1077) *Tạp A-hàm kinh* 雜阿含經. Quyển XXXVIII.

* No. 100(16) *Biệt dịch Tạp A-hàm kinh* 別譯雜阿含經. Quyển I.

* No. 125(38.6) *Tăng nhất A-hàm kinh* 增一阿含經. Quyển XXXVIII, phẩm Lực 力品.

* No. 118 *Phật thuyết Ương-quật-ma kinh* 佛說鴦掘摩經.

* No. 119 *Phật thuyết Ương-quật-kế kinh* 佛說鴦掘髻經.

Số 121.

Hán: *Phật Thuyết Nguyệt Dụ Kinh* 佛說月喻經, 1 quyển.

Pāli: Candropama-sutta.

Hán dịch: Tống 宋 (Thái Bình Hưng Quốc 太平興國 5. Tl. 980) Thi Hộ 施護 dịch.

* No. 99(1136) *Tạp A-hàm kinh* 雜阿含經. Quyển XLI.

* No. 100(111) *Biệt dịch Tạp A-hàm kinh* 別譯雜阿含經. Quyển VI.

Số 122.

Hán: *Phật Thuyết Ba-Tư-Nặc Vương Thái Hậu Băng Trần Thổ Bôn Thân Kinh* 佛說波斯匿王太后崩塵土坌身經, 1 quyển.

Hán dịch: Tây Tấn 西晉 (Huệ Đế Đại 惠帝代, Tl. 290-306) Pháp Cự 法炬 dịch.

* No. 99(1227) *Tạp A-hàm kinh* 雜阿含經. Quyển XLVI.

* No. 100(54) *Biệt dịch Tạp A-hàm kinh* 別譯雜阿含經. Quyển III.

* No. 125(26.7) *Tăng nhất A-hàm kinh* 增一阿含經. Quyển XXVI, phẩm Tứ Ý Đoạn 四意斷品.

Số 123.

Hán: *Phật Thuyết Phóng Ngưu Kinh* 佛說放牛經, 1 quyển.

Hán dịch: Hậu Tần 後秦 (Hoàng Thủy 弘始 4 _ 14. Tl. 402-412) Cưu-ma-la-thập 鳩摩羅什 dịch.

* No. 99(1248) *Tạp A-hàm kinh* 雜阿含經. Quyển XLVII.

* No. 125(49.1) *Tăng nhất A-hàm kinh* 增一阿含經. Quyển XLIX, phẩm Mục Ngưu 牧牛品.

* No. 124 *Duyên khởi kinh* 緣起經.

Số 124.

Hán: *Duyên Khởi Kinh* 緣起經, 1 quyển.

Hán dịch: Đường 唐 (Long Sóc Nguyên 龍朔元. Tl. 661) Huyền Trang 玄奘 dịch.

* No. 123 *Phật thuyết phóng ngưu kinh* 佛說放牛經.

* No. 99(1248) *Tạp A-hàm kinh* 雜阿含經. Quyển XLVII.

* No. 125(49.1) *Tăng nhất A-hàm kinh* 增一阿含經. Quyển XLIX, phẩm Mục Ngưu 牧牛品.

TỪ VỰNG PĀLI-VIỆT-HÁN

* Thứ tự theo vần Latinh.

A

Ababa, A-ba-ba địa ngục 阿波波-地獄

abandhana, bất phược 不縛

Abbhavalāhaka, Ám vân thiên 暗雲天

abbhokā, lộ địa 露地

abbhūḷhesika, giải thoát kết phược 解脫結縛

abbhuta, vị tằng hữu 未曾有

Abbhuta-dhamma, A-phù-đa-đạt-ma 阿浮多達摩

abbhūtadhamma, vị tằng hữu pháp 未曾有法

Abbuda, A-phù-đà địa ngục 阿浮陀-地獄

Abbuda, A-phù-đà 阿浮陀

abhabbo, bất kham nhiệm 不堪任

ābhādhātu, quang giới 光界

Ābhassara devā, Quang âm [thiên] 光音[天]

abhayadakkhiṇa, thí vô uý 施無畏

Abhaya-Licchavī, Vô uý 無畏

Abhaya-rājakumāra, Vô uý vương tử 無畏王子

Abhibhū, A-tì-phù [lục thiên tử chi nhất] 阿毘浮

Abhibhū, A-tì-phù 阿毘浮

abhibhūtam etaṃ āyatanaṃ, thắng bỉ nhập xứ 勝彼入處

Abhidhamma, A-tì-đàm 阿毘曇

Abhidhamma-abhivinaya, A-tì-đàm luật 阿毘曇律, A-tì-đàm-tì-ni 阿毘曇毘尼

abhijāna, tri pháp 知法

Abhijika, Abhiñjika, A-phù-tì 阿浮毘

abhikkāntañāṇadassana, tăng thượng ý 增上意, thắng diệu tri kiến 勝妙知見

abhikkāntañāṇadassana, vô thượng tri kiến 無上知見

abhinandati, ái hỉ 愛喜

abhinibbatti, chuyển sanh 轉生

Abhiñjika, A-phù-tì 阿浮毘

abhiññeyyo, tri pháp 知法

abhippamodayaṃ cittaṃ, giác tri tâm duyệt 覺知心悅

abhirati, ái lạc 愛樂

abhirati, ái trước 愛著

ābhisamācarika dhamma, uy nghi pháp 威儀法

abhisamaya, vô gián đẳng 無間等, hiện quán 現觀

abhisamaya, vô gián đẳng 無間等

abhisambuddhata, bình đẳng chánh giác 平等正覺

abhisametāvin, vô gián đẳng quả 無間等果, cụ hiện quán 具莧觀

abhisaṅkhāra, tác hành 作行

abudda, bào 胞

ācariyāpācariyā nātā, ca vũ hý tiếu kỳ niên túc sỹ 歌舞戲笑耆年宿士

Acela-Kassapa, A-chi-la-ca-diếp 阿支羅迦葉

ācikkananā, tuyên hoá 宣化

Aciravatī, Y-la-bạt-đề 伊羅跋提

ādesana, ký thuyết 記說

adhamma, phi pháp 非法

adhikaraṇa, đấu tránh 鬪諍, tránh sự 諍事

adhimatta chanda, tăng thượng dục 增上欲

Adhimutta, A-đề-mục-đa 阿提目多

adhipaññāsikkhā, tăng thượng tuệ học 增上慧學

adhisīlasikkhā, tăng thượng giới học 增上戒學

adhivāsanā, kham nhẫn 堪忍

adhivitti pada, xuất ý ngữ 出意語

adhomukha, hạ khẩu thực 下口食

Ādiccabandhu, Nhật chủng tánh tôn 日種姓尊

adīnava, hoạn 患

adinnādāna, bất dữ thủ 不與取

āditta, thiêu nhiệt, 燒熱, xí nhiên 熾然

adukkhamasukhā vedanā, bất khổ bất lạc thọ 不苦不樂受

adukkhamasukhā, bất khổ bất lạc 不苦不樂

agārasmā anagāruyaṃ pabbajjati, tín gia phi gia xuất gia 信家非家出家

Aggidatta, A-kỳ-ni-đạt-đa 阿耆尼達多, Hỏa Dữ bà-la-môn 火與-婆羅門

Aggika-Bhāradvāja, Sự hỏa Bà-la-đậu-bà-già bà-la-môn 事火-婆羅豆婆遮婆羅門

Aggivessana, Hỏa chủng 火種, Hỏa chủng cư sỹ 火種居士

āghātavatthu, hiềm hận sự 嫌恨事

Ahaha, A-hưu-hưu địa ngục [=A-ha-bất] 阿休休-地獄 [= 阿呵不]

ahaṃkāra-mamaṃkāra, ngã ngã sở 我我所

ahaṃkāra-mamaṃkāra-mānānusaya, ngã ngã sở ngã mạn sử, 我我所我慢使

āhāra, thực 食

ahetu-appaccayā, vô nhân vô duyên 無因無緣

ahetuvāda, vô nhân 無因

Ahiṃsaka, Bất hại 不害

Ahiṃsaka-Bhāradvāja, Bất hại bà-la-môn 不害-婆羅門

ājāniyajjhāyita, chân thật thiền 眞實禪

Ajātasattukumāro, A-xà-thế vương tử 阿闍世王子

Ajātasattu-Vedehīputta, A-xà-thế vương Vi-đề-hi-tử 阿闍世王韋提希子

Ajita-Kesakambala, A-kỳ-đa-chỉ-xá-khâm-bà-la 阿耆多枳舍欽婆羅, A-kỳ-đa-sí-xá-khâm-bà-la 阿耆多翅舍欽婆羅

Ājīvaka, A-thời-bà ngoại đạo 阿時婆-外道

Ājīvikā, A-kì-tì 阿耆毘

ajjhatikāni āyatanāni, nội nhập xứ 內入處

ajjhattaṃ bahidhā ca dhammesu paṭighasaññā, ư nội ngoại đối ngại tưởng 於內外對礙想

ajjhattaṃ kāye kāyānupassī viharati, nội thân thân quán 內身身觀

ajjhattaṃ vyāpādo, nội sân 內瞋

Akaniṭṭha, A-ca-ni-tra thiên 阿迦尼吒天, A-già-ni-tra 阿伽

ākāsa, hư không 虛空

ākāsānañcāyatanadhātu, vô lượng không nhập xứ giới 無量空入處界, không vô biên xứ giới 空無邊處界

ākāsānañcāyatanaṃ paṭicca, duyên hư không vô biên 緣虛空無邊

ākāsaṭṭha, không xứ 空處

akiñcaññā cetovimutti, vô sở hữu tâm tam muội 無所心三昧

akiñcaññā, vô sở hữu 無所有

akiñcaññāyatana, vô sở hữu nhập xứ 無所有入處

akiñcaññāyatanadhātu, vô sở hữu nhập xứ giới 無所有入處界

akiriyavāda, vô tác 無作

akkharabheda, tự loại phân hợp 字類分合

akkheyyasaññino sattā, ái tưởng (chúng sinh) 愛想 (?), danh tưởng chúng sinh 名想眾生

akkhitto, vô hà uế 無瑕穢

Akkosaka Bhāradvāja, Kiện-mạ-bà-la-đậu-bà-già bà-la-môn 健罵婆羅豆婆遮婆羅門

Ākoṭaka, A-câu-tra thiên tử 阿俱吒-天子

akuppā cetovimutti, bất động ý giải thoát 不動意解脫, bất động tâm giải thoát 不動心解脫

akusalarāsi, bất thiện pháp tụ 不善法聚

akusalasañcetana, ác tâm 惡心, bất thiện tư 不善思

ālamaka; ālamakī, a-ma-lặc-già quả 阿摩勒迦果

Āḷavako yakkho, Kiệt-đàm quỷ 竭曇鬼

Āḷavika bhikkhunī, A-lạp-tì tỳ-kheo ni 阿臘毘比丘尼

Āḷavikā, Đà-la-tì-ca tỳ-kheo-ni 陀羅毘迦比丘尼

ālaya, sào quật 巢窟

āḷhaka, a-la 阿羅

ālokasaññā, minh tưởng 明想

amanussa, phi nhân 非人

amata, cam-lộ 甘露

amātāputtika bhaya, vô mẫu tử uý 無母子畏

amba, am-ma-la 菴摩羅

Amba-gāma, Am-la tụ lạc 菴羅-聚落

Ambapālivana, Am-la viên [=Am-bà-bà-lê-viên] 菴羅-園 [=菴婆婆梨園]

ambapiṇḍi, am-la quả 菴羅果

Ambāṭaka-vana, Am-la lâm 菴羅-林

Amba-vana, Am-la viên 菴羅園

amoha, vô si 無癡

amūḷha, vô si 無癡

anabhijjhā dhammapada, vô tham pháp cú 無貪法句

anāgāmin, a-na-hàm 阿那含, bất hoàn 不還

anagāruyaṃ pabbajjati, phi gia xuất gia 非家出家

ānaka, a-năng-ha 阿能訶

Ānanda Vedehamuni, A-nan Tì-đề-a-mâu-ni 阿難鞞提訶牟尼

Ānanda, A-nan 阿難, A-nan-đà 阿難陀

anantarā āsavānaṃ khayo hoti, vô gián lậu tận 無間漏盡

ānāpānasati, an-na-ban-na niệm 安那般那念

anāsasava, vô lậu 無漏

Anāthapiṇḍika, Cấp Cô Độc trưởng giả 給孤獨長者

anatthasaṃhita, vô nghĩa ngôn 無義言

anavajjabalaṃ, vô tội lực 無罪力

Andhakāra, Đại ám minh 大闇冥

Andha-vana, An-đà lâm 安陀-林

āneñjābhisaṃkhāro, bất động hành 不動行

Aṅga, Ương-già 殃伽

Aṅgada, An-già-đà 安伽陀

aṅgaṇa, uế 穢

Aṅgirasa, Ương-kì quốc 央耆-國

Aṅgīrasa, Ương-kỳ quốc 央耆國

Aṅgulimāla, Ương-cù-lợi-ma-la 央瞿利摩羅, Ương-cù-ma-la 央瞿摩羅

Aṅguttarāpa, Ương-cù-đa-la quốc 央瞿多羅-國

aniccasaññā, vô thường tưởng 無常想

anīgham, ly kết 離結

animittā (ceto) **samādhi,** vô tướng tâm tam muội 無相心三昧

animitto samādhi, vô tướng tam muội 無相三昧

añjana, nhãn dược hoàn 眼藥丸

Añjanavana, An-thiền lâm 安禪林

Aññā-Koṇḍañña, A-nhã-câu-lân [=A-nhã-kiều-trần-như] 阿若拘隣 [=阿若僑陳如], Câu-lân 拘隣, Câu-lân tỳ-kheo 拘隣比丘

aññātāvindriya, vô tri căn 無知根

aññathābhāvi, dị phần 異分

aññatitthiya paribbājaka, ngoại đạo xuất gia 外道出家

Anotatta, A-nậu đại trì 阿耨大池

Anotatta-sara, A-nậu đại tát-la 阿耨大-薩羅

antam idam jīvikānaṃ yadidam piṇḍolyaṃ, ti hạ hoạt mệnh 卑下活命

antarāparinibbāyī, trung bát-niết-bàn 中-般涅槃

antevāsika, đệ tử 弟子, cận trụ đệ tử 近住弟子

antimoyaṃ samussayo, tối hậu thân 最後身

anubodha, tùy thuận giác 隨順覺

anubodha, tùy thuận giác 隨順覺

anujāta, tùy sinh tử 隨生子

anukampā, ai mẫn 哀愍

anupāda-parinibbāna, vô dư bát-niết-bàn 無餘般涅槃,

anupādavimutti, ly dục giải thoát 離欲解脫

anupādisesa-nibbāna, vô dư niết-bàn 無餘涅槃

anuppattasadattha, đãi đắc kỷ lợi 逮得己利

anupubbasaṃkhārāṇaṃ nirodho, tiệm thứ tịch diệt 漸次寂滅

anupubbasaṃkharaṇaṃ vūpasamo, tiệm thứ chỉ tức 漸次止息

Anurādha, A-nậu-la-độ 阿㝹羅度

anurakkhaṇā-padhāna, tùy hộ đoạn 隨護斷

Anurudha, A-na-luật 阿那律, A-na-luật-đà 阿那律陀, A-nậu-lâu-đà 阿㝹樓陀 [=阿㝹羅陀] [=A-nậu-la-đà]

anusāsani pāṭihāriya, giáo giới thị hiện 教誡示現

anusāsanī, tùy thuận chi giáo 隨順之教

anusaya, sử 使, tùy miên 隨眠

ānusayā, sử 使, tùy miên 隨眠

anussati, niệm 念

anuttara sammāsambodhi, A-nậu-đa-la-tam-miệu-tam-bồ-đề 阿耨多羅三藐三菩提

anuttara, vô thượng sĩ [thập hiệu chi nhất] 無上士

anuttare upadhisaṅkhaye (cittaṃ vimuttaṃ), vô thượng ái tận giải thoát 無上愛盡解

anuttaro purisadamma-sārathi, vô thượng điều ngự

trượng phu 無上調御丈夫

anuṭṭhahaṃ, bất khởi xứ 不起處

anuvitakketi anuvicāreti, tùy giác tùy quán 隨覺隨觀

anuvyañjana, tùy hình hảo 隨形好

apadāna, a-ba-đà-na 阿波陀那

Apalāla, A-ba-la long vương 阿波羅-龍王

apaṇṇaka maṇi, viên châu 圓珠

Aparagoyāna, Cù-đà-ni-già 瞿陀尼迦

aparāmaṇṇha, bất giới thủ 不戒取

apekkhavā, cố niệm 顧念

āpodhātu, thuỷ giới 水界

appamāda, bất phóng dật 不放逸

appamāṇā cetovimutti, vô lượng tâm tam muội 無量心三昧

Appamāṇābhā, Vô lượng quang thiên 無量光天

Appamāṇasubhā, Vô lượng tịnh thiên 無量淨天

appatiṭṭhitena viññāṇena, bất trụ tâm 不住心

appaṭivedha, vô tùy thuận thọ 無隨順受

appiccha santuṭṭha, thiếu dục tri túc 少欲知足

apsaṃvartanī (Skt), thuỷ tai 水災

apuññābhisaṃkhāro, phi phước hành 非福行

ārabbhadhātu, phương tiện giới 方便界

Arahant, A-la-ha 阿羅呵, A-la-hán 阿羅漢, Ứng cúng 應供

arahā-sammāsambuddha, a-la-ha-tam miệu tam Phật đà 阿羅訶三藐三佛陀

arahattamagga, A-la-hán đạo 阿羅漢道

ārāma, viên quán 園觀

ārammaṇa, phan duyên 攀緣

arañña, a-lan-nhã 阿蘭若, không địa 空地, không nhàn độc xứ 空閑獨處, không nhàn xứ 空閑處

araññaka-bhikkhu, a-luyện-nhã tỳ-kheo 阿練若比丘

araññāyatana-isi, tiên nhân 仙人

arati, bất lạc 不樂

Ariṭṭha, A-lê-sắt-tra [=A-lê-tra] 阿梨瑟吒 [=阿梨吒]

ariyā niyānikā, Hiền Thánh xuất ly 賢聖出離

Ariya, Hiền thánh 賢聖

Āriya, Thánh giả 聖者

Ariyasāvaka, Thánh đệ tử 聖弟子

Ariyavihāra, Thánh trụ 聖住

aruṇa, minh tướng 明相

ārūpa-bhava, vô sắc hữu 無色有

ārūpadhātu, vô sắc giới 無色界

arūpaṃ..., phi sắc... 非色

arūpa-taṇhā, vô sắc ái 無色愛

asaddhamma, ác pháp 惡法, phi chánh pháp 非正法

asamaya, phi thời 非時

asaṃkhāraparinibbāyī, vô hành bát-niết-bàn 無行-般涅槃

asammoha, thất niệm 失念

asaṃvara, bất luật nghi 不律儀

asaṃvutta, bất luật nghi 不律儀

asaṅkhāraparinibbayī, vô hành bát-niết-bàn 無行般涅槃

asaṅkhatagāmimagga, vô vi đạo tích 無爲道跡

asaṅkheyya kappa, a-tăng-kỳ-kiếp 阿僧祇劫

asappurisa, ác nhân 惡人

asappurisadhamma, bất thiện nam tử pháp 不善男子, phi thượng nhân pháp 非上人法

āsavakkhayañāṇavijjā, lậu tận trí chứng minh 漏盡智證明

asekha, vô học nhân 無學人

asekhavihāra, vô học trụ 無學住

āsevitabbadhamma, tương tập cận pháp 相習近法

Asibandhaka, Đao sư thị tụ lạc 刀師氏聚落

Asibandhakaputta, Đao Sư Thị 刀師氏

Asipattavana, Kiếm thọ địa ngục 劍樹地獄

asmimāna, ngã mạn 我慢

asmimāna, trạo mạn 掉慢, ngã mạn 我慢

asmīti sati, hữu ngã 有我

Asoka, A-dục 阿育, A-dục đại vương 阿育大王, A-dục vương 阿育王, Vô ưu 無憂

assadamma-sārathi, điều mã sư 調馬師

Assaji, A-thấp-ba-thệ 阿濕波誓

Assakaṇṇa, Mã nhĩ sơn 馬耳山a, Mã tự sơn 馬祀山

assakhaluṅka, bất điều mã 不調馬

assakhaḷuṅka, liệt mã 劣馬

assamedham, mã tự 馬祀

Assāroha-gāmani, Điều mã tụ lạc chủ 調馬聚落主

assāsa, tô tức 穌息

assāsaniya dhamma, tô tức pháp 穌息法

assāsapatta, đắc tô tức 得穌息

assasati, ngoại tức 外息

assatara, cự lư 駏驉

assattha(dhamma), vô uý pháp 無畏法

assattha, a-thấp-ba-tha thụ 阿濕波他-樹

assutavā, vô văn 無聞

Asura, A-tu-la vương 阿修羅王

Asura, A-tu-la 阿修羅

Asurindaka, A-tu-la vương 阿修羅王

Atappā, Vô nhiệt thiên 無熱天

atijāta, thắng sinh tử 勝生子

atimāna, tăng thượng mạn 增上慢

atimuttaka, a-đề-mục-đa hoa 阿提目多-花

Atimuttaka, A-đề-mục-đa 阿提目多

atītānāgatapaccupanna, quá khứ hiện tại vị lai 過去現在未來

attā, ngã 我

attadīpa, tự châu 自洲

attahitāya paṭipanno, tự an ủy 自安慰

attakārī, tự tác 自作

attasaraṇā, tự y 自依

attavādūpadānaṃ, ngã ngữ thủ 我語取

atthacariyā, hành lợi 行利, lợi hành 利行

Aṭṭhaka-nāgara, Bát thành 八城

atthakaraṇa, chánh điện 正殿, pháp đình 法廷

Aṭṭhaka-vagga, Nghĩa phẩm 義品

Aṭṭhakavaggiye Māgandiyapañhe, Nghĩa phẩm, Ma-kiền-đề sở vấn 義品摩捷提所問

aṭṭhaṅgasamannāgataṃ uposathaṃ, pháp trai nhật 法齋日, bát chi trai 八支齋

aṭṭhapākasāli, canh mễ 粳米

atthavādī, nghĩa thuyết 義說

aṭṭhime lokadhammā, thế bát pháp 世八法

atthitā natthitā, hữu vô 有無

attupanāyika dhamma-pariyāya, tự thông pháp 自通之法

avajāta, hạ sinh tử 下生子

Avanti, A-bàn-đề quốc [=A-ban-đề-quốc] 阿磐提-國 [=阿般提國]

Avantiputta, Tây phương vương tử 西方王子

āvaraṇa, chướng 障

āvasathapiṇḍa, phước đức xá 福德舍

avāyāmaṃ, vô phương tiên 無方便

aveccappasāda, bất hoại tịnh 不壞淨

Avīci, A-tì địa ngục 阿毘-地獄

Avihā, Vô phiền thiên 無煩天

avihiṃsādhātu, vô hại giới 無害界

avihiṃsāvitakka, bất hại tưởng 不害想

avijjā ca bhavataṇhā ca, vô minh, hữu ái 無明有愛

avijja, vô minh 無明

avijjānusaya, si sử 癡使, vô minh tùy miên 無明隨眠

avijjasamphassa, vô minh xúc 無明觸

avijjāsavo, vô minh lậu 無明漏

avitakko avicāro samādhi, vô giác vô quán tam muội 無覺無觀三昧

avyākata, vô ký 無記

avyāpādadhātu, vô nhuế giới 無恚界

avyāpādavitakka, bất nhuế tầm 不恚尋

avyatto, bất biện 不辨

Āyasmā Lokasakaṃbhiyo, Ca-ma tỳ-kheo 迦摩比丘

āyātiṃ punabbhava, đương lai thế hữu 當來世有

āyatiṃ punabbhavābhinibbatti, chiêu vị lai hữu linh tương tục sanh 招未來有令相續生

Ayojjhā, A-tì-đà xứ [=A-du-xà thành] 阿毘陀處[=阿踰闍城]

ayoniso manasikara, bất chánh tư duy 不正思惟

ayopatta, thiết bát 鐵鉢

ayya, a-lê 阿梨

Ayye, A-di [= tỳ-kheo-ni] 阿姨[= 比丘尼]

B

badālatā, bạt-đà-la quả 跋陀羅-果

Badarikārāma, Bạt-đà-lê viên 跋陀梨-園

bahiddhā vyāpādo, ngoại sân 外瞋

bāhirāni āyatanā, ngoại nhập xứ 外入處

Bāhiya, Bāhiriya, Bāhika, Bāhuna, Bà-hê-ca 婆醯迦

Bahukā, Bà-hưu-đa 婆休多

Bahukaṇṭaka dāya, Nại lâm (木+佘)林

Bahuputta-cetiya, Đa tử tháp 多子塔

Bāhuraggi, Bà-hưu-nan-đề 婆休難提

Baka Brahmā, Bà-cú phạm thiên 婆句梵天

balīvadda, phong ngưu 犎牛

Bārānasī Isipatana Migadāya, Ba-la-nại quốc Tiên nhân xứ Lộc dã uyển 波羅捺-國仙人處鹿野苑

Bārāṇasī, Bà-la-nại quốc 婆羅捺-國

Beḷuvagāmaka, Trúc lâm tụ lạc 竹林聚落

bhadda purisa, hiền sĩ phu 賢士夫

Bhadda, Hiền Thiện 賢善

Bhaddaji, Bạt-đà-la 跋陀羅

Bhaddaji, Bạt-đà-la-tỳ-kheo 跋陀羅比丘

bhaddasāla, bạt-đà-tát-la thọ 跋陀薩羅樹

Bhaddiya, Bạt-đề 跋提

Bhadra, Bhadda, Bạt-đà-la [=Bà-đầu-lâu] 跋陀羅[=婆頭樓]

Bhadrāvudha, Bạt-đà-la-do-đà 跋陀羅由陀

Bhaggesu, Bạt-kỳ quốc 婆祇國

bhaginī, tỷ muội 姊妹

Bhaṇḍa, Bàn-trù 槃稠

Bhante, Đại đức 大德

bhāra, trọng đảm 重擔

bhāradāna, thủ đảm 取擔

Bhāradvāja, Bà-la-đậu-bà-già-bà-la-môn 婆羅讀婆遮婆羅門

Bhāradvājagotta, Bà-la-đậu-bà-già chủng tính bà-la-môn 婆羅豆婆遮種姓婆羅門

bharahāra, đảm giả 擔者

bharahāra, đảm giả 擔者

bhāranikkhepana, xả đảm 捨擔

bhāranikkhepana, xả đảm 捨擔

Bhāranikkhepana-cetiya, Xả trọng đảm chi-đề 捨重擔-支提

bhava, hữu 有

bhavadiṭṭhi, hữu kiến 有見

bhāvanā, tu tập 修習

bhāvanābala, tu lực 修力

bhavānaṃ aggaṃ, hữu đệ nhất 有第一

bhāvana-padhāna, tu đoạn 修斷

bhavanetti, hữu lưu 有流

bhavanettinirodha, hữu lưu diệt 有流滅

bhavarāga, hữu ái 有愛

bhava-saṃyojana, hữu kết 有結

bhavāsava, hữu lậu 有漏

bhāvitabba, tu pháp 修法

bhavogha, hữu lưu 有流

Bhesakalāvana, Khủng bố trù lâm 恐怖稠林

Bhesakalāvana-migadāya, Lộc dã thâm lâm 鹿野深林, Bố lâm lộc dã viên 怖林鹿野園

bhikkhacāriya, khất thực 乞食

bhikkhaka, hành khất 行乞

bhisamuḷāla, ngẫu khổng 藕孔

bhujissa, bất thủ tha giới 不他取戒

Bhūmiya, Phù-di 浮彌

bhūta, chân thật 眞實

bhūta, thần 神

bhūtagāma, quỷ thôn 鬼村

bīja, chủng tử 種子

Bilaṅgika, Đột-la-xà 突邏闍

bimba, hình 形

Bimbisāra, Bình-sa Vương 瓶沙王, Tần-bà-sa-la Vương

頻婆娑羅王

Bindusāra, Tần-đầu-sa-la 頻頭娑羅

Bodhi-satta, Bồ-tát 菩薩

bojjhaṅgā, giác phần 覺分, giác chi 覺支

brahmacakka, phạm luân 轉梵輪

Brahmadeva, Phạm thiên 梵天, Tịnh thiên 淨天

Brahmakāyikā, Phạm thân thiên 梵身天

Brahman, Phạm 梵

brāhmaṇa, bà-la-môn 婆羅門, phạm chí 梵志

Brahmapurohita, Phạm-phụ thiên 梵賻天

Brahmavihāra, Phạm trụ 梵住

Buddhānussati, niệm Phật 念佛

byāpādavitakka, nhuế tưởng 恚想

C

cāga, thí 施

cāgānussati, niệm thí 念施

cāgasampanna, xả cụ túc 捨具足

cakka-ratanaṃ, kim luân bảo 金輪寶

Cakkavāḷa, Kim cang 金剛

Cakkavattin (rāja), Chuyển luân thánh vương 轉輪聖王

cakkhusamphassajā vedanā nhãn xúc sở sinh thọ 眼觸所生受

Cālā bhikkhunī, Già-la tỳ-kheo-ni 遮羅比丘尼

Cālā, Già-la [tỳ-kheo-ni] 遮羅[比丘尼]

Campā, Chiêm-bà quốc 瞻婆國

caṇḍa, ác tánh 惡性

Caṇḍa-gāmani, Ác tính tụ lạc chủ 惡性聚落主

caṇḍāla, chiên-đà-la 栴陀羅

caṇḍalavaṃsika, duyên tràng kỹ sư 緣幢伎師

Candanaṅgaliko upāsako, Chiên-đàn ưu-bà-tắc 栴檀優婆塞

Caṇḍāsoka, Bạo ác A-dục Vương 暴惡-阿育-王

Candimāputta, Nguyệt Tử tỳ-kheo 月子比丘

Candimasa devaputta, Nguyệt tự tại thiên tử 月自在天子

Caṇḍo gāmiṇi, Hung ác tụ lạc 凶惡聚落

caṅgavāra, đồ sát 屠殺

caṅkamma, kinh hành 經行

Cāpāla-cetiya, Già-ba-lê-chi-đề 遮波梨支提

Caraka, Già-la-ca ngoại đạo 遮羅迦-外道, Già-la-ca xuất gia 遮羅迦-出家

caraka, Già-la-ca 遮羅迦

caraṇam nāma cittam, ta-lan-na điểu 嗟蘭那鳥

cātuddasiṃ pakkhassa, thập tứ nhật 十四日

Cātumahārājikā devā, Tứ thiên vương thiên 四天王天

Cātumahārājika, Tứ thiên vương 四天王

Catummahārājikā devā, Tứ vương thiên 四王天

Catunadī, Tứ đại hà 四大河

catutthajjhana, đệ tứ thiền 第四禪

cetana, tư 思

cetaso pariyādāna, tâm loạn 心亂

Cetiya, Chi-đề sơn 支提-山

Cetiyapabbata, Chi-đề sơn 支提-山

cetopariyañāṇa, tha tâm trí 他心智

cetovimutti, ý giải thoát 意解脫, tâm giải thoát 心解脫

cha āyatanāni, lục nhập

cha chakāni, lục lục pháp 六六法

cha satatavihārā, lục thường hành 六常行

cha vijjābhāgiya, lục minh phân tưởng 六明分想

cha viññāṇkāyā, lục thức thân 六識身

Chabyāputta, Thi-bà-phất-đa-la 尸婆弗多羅

chandarāga, dục tham 欲貪

Channa, Chiên-đà 栴陀, Xa-nặc 車匿, Xiển-đà 闡陀

chaphassāyatanikā nirayā, lục xúc nhập xứ địa ngục 六觸入處地獄

chaphassāyatanikā, lục xúc nhập xứ 六觸入處

chinnasotam, đoạn lưu 斷流

citta, tâm 心

Citta-gahapati, Chất-đa-la trưởng giả 質多羅-長者

cittaṃ samādhiyati, tâm định 心定

cittapārisuddhipadhāniyaṅga, tâm thanh tịnh cần chi 心清淨勤支

cittapassaddhi, tâm y tức 心猗息, tâm khinh an 心輕安

cittappaṭisaṃvedī, giác tri tâm 覺知心

cittasaṃkhāra, ý hành 意行, tâm hành 心行

cittassa ekagataṃ, cittekaggatā, nhất tâm 一心, tâm nhất tính 心一性

citta-suvimutta, tâm chánh giải thoát 心正解脫, tâm thiện giải thoát 心善解脫

citta-vimutti, tâm giải thoát 心解脫

cittavisuddha, tâm tịnh 心淨

cittavisuddhattha, tâm thanh tịnh 心清淨

codanā , cử tội 擧罪

Culla-kokanadā, Châu-lô-đà Thiên nữ 朱盧陀天女

Cunda, Thuần-đà-sa-di 純陀沙彌

Cunda-Kammāraputta, Thuần-đà 淳陀, Thuần-đà trưởng giả 淳陀-長者

cutūpapātañāṇa, sinh tử trí 生死智

D

Dabba-Mallaputta, Đà-la-phiêu-ma-la tử 陀羅驃摩羅子, Đà-phiêu-ma-la tử 陀驃摩羅子, Đà-phiêu tỳ-kheo 陀驃比丘

dadhi, lạc 酪, tô 酥

dakkhiṇā, đạt sẩn 達[口+親]

Dakkhiṇagiri, Nam sơn quốc thổ 南山國土, Nam thiên trúc 南天竺

Dāmali, Đà-ma-ni thiên tử 陀摩尼-天子

dāna, bố thí 布施

dānapati, đàn-việt 檀越

Daṇḍo, Trượng 杖

Dasabala-Kassapa, Thập lực Ca-diếp 十力-迦葉

dasadhammā, thập pháp 十法

Dāsaka, Đà-sa tỳ-kheo 陀娑比丘

Dasama, Đà Thí 陀施

Dasāraha, Đà-xá-la-ha 陀舍羅訶

dassāna agga, kiến đệ nhất 見第一

dassanābhisamayā, kiến hiện quán 見現觀

dassananuttariyena, kiến vô thượng 見無上

Daṭṭhabbena, Kiếm Thích 劍刺

Devabhibhū, Thắng thiên 勝天

Devadatta, Đề-bà-đạt-đa 提婆達多

Devahita brāmaṇa, Thiên Tác bà-la-môn 天作婆羅門

devānussati, niệm Thiên 念天

Devaputtamāra, Ma thiên 魔天

devayāniyo maggo, thiên đạo 天道

deyyadhamma, thí pháp 施法

dhajaggaṃ ullokeyyātha, tồi phục tràng 摧伏幢, phục địch chi tràng 伏敵之幢

dhammacakkappavattana, chuyển pháp luân 轉法輪

dhammacakkhu, pháp nhãn 法眼

dhammacakkhu-parisudhi, pháp nhãn tịnh 法眼淨

Dhammādāsa, Pháp kính 法鏡

dhammadhara, thuyết pháp 說法, trì pháp 持法(sư)

dhammadīpa, pháp châu 法洲

dhammakathika, pháp sư 法師, thuyết pháp tỳ-kheo 說法比丘

dhammakāya, pháp thân 法身

dhammaniyāma, pháp không 法空 (?), pháp vị 法位

dhammānudhamma, pháp thứ pháp 法次法, pháp tùy pháp 法隨法

dhammānudhamma-paṭipanna, pháp thứ pháp hướng 法次法向, pháp tùy pháp hành 法隨法行

dhammānudhamma-paṭipatti, pháp tùy pháp hành 法隨法行

dhammānusārin, tùy pháp hành 隨法行

Dhammānussati, niệm Pháp 念法

dhammanvaya, pháp chi phân tề 法之分齊, pháp loại cú 法類句

Dhammapāsāda, Chánh pháp điện, Pháp giảng đường 法講堂

dhammarāja, chư vương 諸王

dhammasaññā, pháp tưởng 法想

dhammasaraṇā, pháp y 法依

dhammāṭṭhitatā, pháp trụ 法住

dhammavicaya, trạch pháp 擇法

dhammupasaṃhitam pāmojjaṃ, pháp hỉ 法喜

dhanahetu, cập tài dữ 及財與

Dhataraṭṭha, Trật-lật-đế-la-sắc-tra-la 袟栗帝羅色吒羅

dhātu, giới 界

dhātunānatta, chủng chủng giới 種種界, đa giới 多界

dhukkha pariññattha, tri khổ 知苦, khổ biến tri 苦遍知

dhūmāyitta, viễn ly chi sắc 遠離之色

dhūta, đầu-đà 頭陀

dhutaguṇā, đầu-đà pháp 頭陀-法

dibba vihāra, thiên trụ 天住

dibbacakkhuñāṇa, thiên nhãn 天眼

Dīghanakha, Trường trảo ngoại đạo xuất gia 長爪外道出家

Dighāvu, Trường Thọ đồng tử 長壽童子

Dīghāyukaṃ devanikāyaṃ, Trường Thọ thiên 長壽天

Disampati, Thành Chủ 城主

disāmukha, phương khẩu thực 方口食

diṭṭha, kiến 見

diṭṭhadhammanibbāna, hiện pháp niết-bàn 見法涅槃

diṭṭhadhammasukhavihāra, hiện pháp hỉ lạc trú 現法喜樂住

diṭṭhadhammasukhāya, hiện pháp lạc 現法樂

diṭṭhagha, kiến lưu 見流

diṭṭhaṃ sutaṃ mutaṃ viññātaṃ, kiến văn giác thức 見聞覺識

diṭṭhigati, kiến thú 見趣

diṭṭhipārisuddhipadhāni-yaṅga, kiến thanh tịnh cần chi 見清淨勤支

diṭṭhippatta, kiến đáo 見到

diṭṭhirāgābhinivesa-vinibandha, kiến dục hệ trước 見欲繫著

diṭṭhisampanna, cụ túc kiến đế 具足見諦, kiến cụ túc 見具足

diṭṭhisaṃyojana, kiến sở hệ 見所繫, kiến kết 見結

diṭṭhūpādānaṃ, kiến thủ 見取

divā divassa, nhật nhật 日日

diyaddhasikkhāpadasataṃ, quá nhị bách ngũ thập giới 過二百五十戒

Doṇa, Độc-lung-na 獨籠那 Đậu-ma chủng tính bà-la-môn 豆磨-種姓-婆羅門

dovacassatā, ác ngôn 惡言

dubbhikkha, cơ ngạ 飢餓

dudiṭṭhi, ác kiến 惡見

duggati, ác đạo 惡道

dukkarakārikāya, khổ hạnh 苦行

dukkha anattasaññā, khổ vô ngã tưởng 苦無我想

dukkha-ariyasacca, khổ thánh đế 苦聖諦

dukkhadhamma, khổ pháp 苦法

dukkha-dukkhatā, khổ khổ 苦苦

dukkhakkhaya, khổ tận 苦盡

dukkhanirodha, khổ diệt 苦滅

dukkhanirodha-ariyasacca, khổ diệt thánh đế 苦滅聖諦

dukkhānta, khổ biên 苦邊

dukkhassa antakaro, tác khổ biên 作苦邊

dukūla, đầu-cưu-la y 頭鳩羅衣

Dummukha, Đột-mục-khư 宊目佉

duppaññā, ác tuệ 惡慧

dussīla, ác giới 惡戒

dvaṅgulapaññā, Nhị chủ trí 二指智

dve antā, nhị biên 二邊

E

ejā, kế 計

ekabījin, nhất chủng 一種

ekadhamma, Nhất pháp 一法

Ekanālā, Nhất na-la lâm 一那羅-林, Nhất na-la tụ lạc 一那羅-聚落

ekāsanaṃ = ekabhattaṃ, nhất tọa thực 一坐食

Ekasāṭaka, Nhất-xá-la 一舍羅

Ekasāṭaka, Nhất-xá-la 一舍羅

ekavihārī, nhất trú 一住

ekāyana-magga, nhất thừa đạo 一乘道

eḷagalābumba, nigrodha, kiên cố thọ 堅固樹

Eṇijaṅghā, Y-ni-da-lộc (?) [tướng] 伊尼耶_鹿揵[相]

Erāpatha, Y-la-bàn-na 伊羅槃那

G

Gaggarā pokkhaṇī, Kiệt-già trì 竭伽池

Gaggarā pokkharaṇī, Yết-già trì 揭伽-池

gahapati, cư sĩ 居士, gia chủ 家主

Gajaṅgala Mukkheluvana, Ca-vi-già-mâu-chân-lân-đà lâm 迦微伽牟眞隣陀林

gandha, hương 香

Gandhabba, Càn-thát-bà 乾闥婆

Gaṅgā, Hằng-già 恒伽, Hằng thủy 恒-水, Hằng thủy lưu 恒水流

Garuḍā, Garuḷā, Ca-lâu-la 迦樓羅, Kim sí điểu 金翅鳥

Gaya, Già-da 伽耶

Gayāsīsa, Ca-xà-thi-lợi-sa-chi-đề 迦闍尸利沙支提

gehasika vitakka, tham giác 貪覺

geyya, kì-dạ 祇夜

ghana, kiên hậu 堅厚

Ghosiṭa-gahapati, Cù-sư-la trưởng giả 瞿師羅長者

Ghositārāma, Câu-thiểm-di quốc Cù-sư-la viên 俱睒彌-國-瞿師羅-園

Gijjhakūṭa, Vương-xá thành Kì-xà-quật sơn 王舍城耆闍崛山

Gilānasālā, Già-lê-lệ giảng đường 伽梨隸-講堂

Giñjakāvasatha, Phồn-kì-ca tinh xá 繁耆迦精舍

Girika, Kì-lê 耆梨

Godānīya, Câu-da-ni 拘耶尼

Godhika, Cù-đê-ca 瞿低迦

gokula, mục ngưu 牛牧

gopālaka, mục ngưu giả 牧牛者, mục ngưu nhân 牧牛人

Gotama, Cù-đàm 瞿曇

gotta, tính 姓

gūtha, phẫn thỉ 糞屎

Gutta, Quật Đa 掘多

Guttila, Thô Ngưu 麁牛, Thô Ngưu đàn cầm nhân 麁牛彈琴人

H

Haliddavasana, Hoàng chẩm ấp 釋氏黄枕邑

Hāliddikānigaha, Ha-lê tụ lạc tinh xá 訶梨-聚落精舍

Hāliddikāni-gahapati, Ha-lê Tụ lạc trưởng giả 訶梨聚落長者

haṃsa, hộc điểu 鵠鳥

hānabhāgiyo, thoái pháp 退法

Hatthaka, Thủ thiên tử 手天子

hatthi ratanaṃ, tượng bảo 象寶

Hemavata, Hê-ma-ba-đê 醯魔波低, Hê-ma-ba-đê đại thần 醯魔波低大神

hetu, nhân 因

Himavant, Tuyết sơn 雪山

Himavanta-pabbatarājan, Tuyết sơn vương 雪山王

hīnādhimutti, bỉ tâm 鄙心

hīno gammo, ti hạ điền xá 卑下田舍

hirībala, tàm lực 慚力

I

Icchānaṅgalavāna, Nhất xa-năng-già-la lâm 一奢能伽羅林

Icchānaṅgalavānagāma, Nhất xa-năng-già-la tụ lạc 一奢能伽羅-聚落

iddhimasā, thần biến nguyệt 神變月

iddhi-pāda, thần biến, thần thông 神通, thần túc 神足, như ý túc 如意足

iddhi-pāṭihāriya, thần biến, thần túc 神足

idhaloka, kim thế 今世

Inda, Nhân đà 因陀

indakhīla, nhân-đà-la trụ 因陀羅柱

Indasālagūha, Giới cách sơn 界隔山

indriya, căn 根

indriyapāramita, căn ba-la-mật 根波羅蜜

Isadatta, Lê-trì-đạt-đa, Lê-sư-đạt-đa 梨師達多

Īsāna, Y-sa-na thiên tử 伊沙那-天子

Isigili-passa, Tiên nhân sơn, 仙人山

Isigiri, Tiên nhân quật 仙人窟

Isigiripassa-Kālasilā, Tiên nhân trắc hắc thạch thất 仙人側黑石

Isipatana Migadāya, Lộc dã uyển Tiên nhân trụ xứ 鹿野苑仙人住處, Tiên nhân viên lộc dã uyển 仙人園鹿野苑

issā-macchariya, xan tật 慳嫉

Issara, Īśvara (Skt), Y-thấp-ba-la 伊濕波羅, Tì-thấp-ba thiên 毘濕波-天

Issara, Tự tại vương 自在王

itihāsa, lịch thế bổn mạt 歷世本末

Itivuttaka, Y-đế-mục-đa-già 伊帝目多伽

itthi-ratanaṃ, ngọc nữ bảo 玉女寶

J

Jaḷilavāsikā bhikkhunī, Xà-tri-la tỳ-kheo-ni 闍知羅比丘尼

Jambudīpa, Diêm-phù-đề 閻浮提

Jambukhādaka-paribbājaka, Diêm-phù xa 閻浮車

Jambūnadā, Diêm-phù-đàn 閻浮檀

janadapadavitakko, nhân chúng giác 人衆覺

janapada, thế gian 世間

janapadakalyāṇī, thế gian mỹ sắc 世間美色

jantu, thiền đầu 禪頭

Jānussoṇi-brāhmaṇa, Sinh Văn bà-la-môn 生聞婆羅門, Sinh Văn phạm chí 生聞梵志

jarā, lão 老

jarādhamma, lão pháp 老法

Jaṭā-Bhāradvāja, Oanh Kế bà-la-đậu-bà-già bà-la-môn 縈髻婆羅豆婆遮婆羅門

jātaka, xà-đa-già 闍多伽

jātarūpa, chân kim 眞金

jātarūpa, sắc tượng 色像

jāti, sinh 生

jātikhayantadassī, kiến sinh chư hữu biên 見生諸有邊

Jaṭila, Xà-kì-la 闍祇羅, Oanh Phát xuất gia 縈髮出家

Jaṭilaka, Biên phát 編髮

Jaya, Xà-da [đồng tử] 闍耶[童子]

Jetavana, Kì-hoàn 祇桓, Kì-hoàn lâm 祇桓林, Kì-hoàn môn 祇洹門

Jetavana-Anathāpiṇḍikārāma, Kì thụ Cấp Cô Độc viên 祇-樹給孤獨園

jhāpeti, xà-duy 闍維

Jīva, Kì-bà 耆婆

jīva, thọ mệnh 壽命

Jīvaka Komārabhacca, Kì-bà-y 耆婆醫

Jīvava-komārabhacca-ambavana, Tì-xá-li-kì-bà-câu-ma-la dược sư Am-la quốc 毘舍離耆婆拘摩羅-藥師-菴羅國

jīvita, chánh mạng 正命

Jotika, Thọ-đề trưởng giả 樹提長者

K

kabalīkāra, đoàn thực 搏食

kabaliṅko āhāro oḷāriko vā sukhumo vā, thô đoàn thực 麤搏食

kacchaka, kiền-già-da-thọ 犍遮耶樹

kadaliṅga, ca-lăng-già 迦陵伽

Kaddamadaha, Ô-nê trì 烏泥池

Kakkata, Kế-ca-xá-ưu-bà-tái 罽迦舍優婆塞

Kakusandha, Ca-la-ca-tôn-đề Phật 迦羅迦孫提佛

Kakusandha, Krakucchanda, Ca-la-ca-tôn-đề 迦羅迦孫提

kāla, ca-la-ca quả 迦羅迦-果

kalala, ca-la-la 迦羅邏

kālaṃ āgaccheyya, đãi thời 待時

kāla-pakkha, nguyệt hắc phần 月黑分

Kāḷasilā, Hắc thạch thất 黑石室

Kālasutta, Hắc thằng 黑繩

Kaḷīgodhā Sākyāni, Thích thị Sa-la 釋氏沙羅

Kālika, Ca-lê long 迦梨-龍

Kāliṅga, Ca-lăng-già 迦陵伽

Kaliṅga, Ca-lăng-già hành xứ 迦陵伽行處

Kāliṅga, Khư-lăng-già-la 佉楞迦羅

Kaliṅgarājañño, Tự tại vương 自在王

kalyāṇadhammatara, chân thật chân thật pháp 眞實眞實法

kāma, dục 欲

kāma-bhava, dục hữu 欲有

Kāmabhū, Ca-ma tỳ-kheo 迦摩比丘, Già-ma tỳ-kheo 伽摩比丘

kāmacchanda, ái dục 愛欲, dục ái 欲愛, dục tham 欲貪

Kāmada devaputta, Ca-ma thiên tử 迦摩-天子

kāmadhātu, dục giới 欲界

kāmānaṃ ādīnavo, dục hoạn 欲患

kāmānaṃ assādo, dục vị 欲味

Kāmaṇḍā, Câu-bàn-đồ tụ lạc 拘槃荼-聚落

kāmarāga, dục ái 欲愛

kāmarāgābhinivesavinibandha, tham dục hệ trước 貪欲繫著

kāmarāgānusaya, ái dục sử 愛欲使, dục ái tùy miên 欲愛隨眠

kāmarāga-pariyuṭṭhita tham dục triền 貪欲纏

kāmasaññā, dục tưởng 欲想

kāmāsava, dục lậu 欲漏

kāma-taṇhā, dục ái 欲 **kāmūpādānaṃ,** dục thủ 欲取

Kambala, Khâm-bà-la 欽婆羅

Kamboja, Kim-bồ-xà quốc 金菩闍-國

kamma, nghiệp 業, hành 行

kammakkhaya, nghiệp tận 業盡

kammapatha, nghiệp tích 業跡, nghiệp đạo 業道

Kammāsadamma, Câu-lưu quốc tạp sắc mục ngưu tụ lạc 拘留-國雜色牧牛聚落 Câu-lưu sưu điều ngưu tụ lạc 拘留搜調牛聚落, Câu-lưu sưu điều phục bác ngưu tụ lạc 拘留搜調伏駁牛聚落

kāmūpādānaṃ, dục thủ 欲取

Kanakamuni, Koṇāgamana, Câu-na-hàm-mâu-ni 拘那含牟尼

Kaṇḍarāyana, Chấp trượng phạm chí 執杖梵志

Kapilavatthu Mahāvana, Ca-tì-la-vệ lâm 迦毘羅衛林

Kapilavatthu, Ca-duy-la-vệ quốc 迦維羅衛-國

Kapilavatthu, Ca-tì-la-vệ 迦毘羅衛

Kapilavatthu, Ca-tì-la-vệ quốc 迦毘羅衛-國

Kapilavatthusmiṃ nigrodhārāme, Ca-tì-la-việt-ni-câu-luật thọ viên 迦毘羅越尼拘律樹園

kapithaka, ca-tì-đa-la 迦捭多羅

kapiṭṭha, kapiṭṭhaka, kapitthana, kaviṭṭha, ca-bãi-đa-la thọ 迦捭多羅-樹

kappakara, phân biệt 分別

kappāsa, kiếp-bối 劫貝

Kappāsika, Kiếp-ba 劫波

kappāsika, kiếp-bối 劫貝

kappati, tịnh 淨

kappiyabhūmi, tịnh địa 淨地

kappiyaphala, tịnh quả 淨果

Kappo, Kiếp-ba 劫波

Karavīka, Khư-đề-la-ca sơn 佉提羅迦山

Kareri-maṇḍalamāḷa, Ca-lê-lệ giảng đường 迦梨隸-講堂

Kareri-maṇḍamāla, Già-lê-lệ giảng đường 伽梨隸-講堂

Kaśanna, Khư-sa quốc 佉沙國

Kāsi, Già-thi 伽尸

Kasi-Bhāradvāja, Canh điền Bà-la-đậu-bà-già bà-la-môn 耕田-婆羅豆婆遮婆羅門

Kāsi-kappāsika, Kāsika vattha, Ca-thi kiếp-bối 迦尸劫貝

kasiṇāyatana, nhất thiết nhập xứ 一切入處

Kassapa devaputta, Ca-diếp thiên tử 迦葉-天子

Kassapagotta, Ca-diếp thị 迦葉-氏

Katamoraka-Tissa, Ca-tra-vụ-đà-đê-sa 迦吒務陀低沙

Kaṭissaha, Ca-đa-lê-sa-bà 迦多梨沙婆

kattika, ca-đê nguyệt 迦低月

kāya, thân 身

kāyagatāsati, niệm thân 念身

kāyapassaddhi, thân y tức 身猗息, thân khinh an 身輕安

kāyasakkhin, thân chứng 身證

kāyasaṅkhāra, thân hành 身行

kāya-satipaṭṭhāna, thân niệm xứ 身念處

Kesi assadammasārathi, Chỉ-thi [điều mã sư] 只尸[調馬師]

kevalin, thuần nhất 純一

khadira, khư-đề-la diệp 佉提羅葉

khaluṅkajjhāyita, cường lương thiền 強良禪

Khaṇḍadeva, Kiền-đà-điệp 犍陀疊

khandha, ấm 陰

khantisoraccādhippayā, chân đế 眞諦

Khara, Kiệt-đàm-ma 竭曇摩, Kiệt-đàm quỷ 竭曇鬼

Kharo yakkho, Viêm quỷ 炎鬼

Khārodakanadī, Khôi hà [địa ngục] 灰河[地獄]

khattiya, sát-lợi 刹利

Khattiya-muddhāvasitta-rājan, Quán đảnh vương 灌頂王

khayadhamma, đoạn pháp 斷法

Khemā, An Ẩn 安隱

Khema, Sai-ma tỳ-kheo 差摩比丘

Khemā, Sai-ma tỳ-kheo-ni 差摩比丘尼

khīṇajāti, sinh dĩ tận diệt 生已盡滅

khoma, sô-ma y 芻摩衣

kilesa, phiền não 煩惱

Kimbilā, Kim-bà-la sơn 金婆羅山

Kimbilā, Kim-tì lâm 金毘林

Kimbila, Kim-tì-la 金毘羅

Kimilā, Kim-tì-la tụ lạc 金毘羅聚落

Kimilāyaṃ veḷuvane, Kim-tì-la tụ lạc Kim-tì lâm 金毘羅聚落金毘林

kiṃsuka, khẩn thú 緊獸

Kinnara, Khẩn-na-la 緊那羅

Kippina, Kế-tân-na 罽賓那

Kisā-Gotamī, Cáo-nan-xá-cù-đàm-di tỳ-kheo ni [=Cơ-lê-xá-cù-đàm-di 告難舍瞿曇彌比丘尼 [=機梨舍瞿曇彌], Cát-ly-xá-cù-đàm-di tỳ-kheo ni 吉離舍瞿曇彌比丘尼

kodha, phẫn nộ 忿怒

kodhabala, kết hận 結恨

kojava, câu-triêm-bà y 拘沾婆衣

Kokālika, Cù-ca-lê 瞿迦梨

Kokanadā dhītā, Câu-ca-na-sa thiên nữ 拘迦那娑-天女, Câu-ca-na thiên nữ 拘迦那天女, Câu-ca-ni thiên nữ 拘迦尼-天女

Kokanadā Pajjunassa dhītā, Câu-ca-na-sa thiên nữ, Quang minh chi thiên nữ 拘迦那娑天女, 光明之天女

Kokananda, Câu-ca-na 拘迦那, Câu-ca-na ngoại đạo xuất gia 俱迦那-外道出家

kolaṃkola, gia gia 家家

kollātthimatta, bà-la quả 婆羅果

komarī, đồng anh 童英

komudī, cát tinh 吉星, cát tinh nhật 吉星日

komudī, kiêu-mâu-ni đại hội 憍牟尼大會

Koṇāgamana, Kanakamuni, Konākamuni, Ca-na-ca-mâu-ni 迦那迦牟尼

Kosala, Câu-tát-la 拘薩羅, Câu-tát-la quốc 拘薩羅-國

Kosala, Kiêu-tát-la quốc 憍薩羅國

Kosalesu Ekasālāyaṃ brāhmaṇagāme, Thạch Chủ 石主

Kosambī Ghositārāma, Câu-diệm-di quốc Cù-sư-la viên 拘睒彌國瞿師羅園

Kosambī, Câu-thiếm-di 拘睒彌, Câu-thiếm-di quốc 拘睒彌-國, Câu-thiếm-di-tì quốc 拘睒彌鞞-國

koseyya, ca-thi-tế y 迦尸細衣

Kosika, Câu-thi-ca 拘尸迦, Câu-thi-ca 俱尸迦

Kosika, Kiêu-thi-ca 憍尸迦

Kosiya, Kiêu-thi-ca 憍尸迦

kovidāra, câu-tì-đà-la thọ 俱毘陀羅-樹

koviḷāra, câu-tì-đà-la thụ 俱毘陀羅樹

kṣamā, kham nhẫn 堪忍

kṣaṇa (Skt), sát-na 剎那

kṣīra (Skt), nhũ 乳

kṣīrikā (Skt), nhũ 乳

Kukkuṭārāma, Kê lâm tinh xá 雞林精舍

kuladuhitā, tộc tính nữ 族姓女

kulaputta, tộc tính tử 族姓子

kumārabhūtā, đồng tử 童子

kumārakā, cưu-ma-la 鳩摩羅

kumārī, đồng nữ 童女

kumbhaka, kim sư 金師

Kumbhakāra Caṇḍāla-Gopālināgarājā (Skt), Đào sư Chiên-đà-la-cù-ba-lê long 陶師-旃陀羅瞿波梨-龍

Kumbhakāraṇivasa, Kim sư tinh xá 金師精舍

kumbhaṇḍa, âm noãn 陰卵, âm noãn như ung 陰卵如瓮

Kumbhaṇḍa, Cưu-bàn-trà 鳩槃茶

Kumbhīra, Kim-bà-la quỷ thần 金婆羅鬼神

kumuda, câu-mâu-đầu 拘牟頭, câu-mâu-đầu hoa 拘牟頭華

Kuṇāla, Câu-na-la 拘那羅

Kuraraghara-papātapabbata, Câu-la-la-trá tinh xá 拘羅羅咤-精舍

Kuraragharikā Kālī, Ca-lê-ca 迦梨迦

Kuru, Câu-lưu quốc 拘留國

Kurusu Kammāsadamma, Câu-lâu-sấu Điều phục giao ngưu tụ lạc 拘留搜調伏駁牛聚落

kusalarāsi, thiện pháp tụ 善法聚

Kusāvatī, Câu-xá-bà-đề 拘舍婆提

Kusinārā, Câu-di-na-kiệt quốc 俱夷那竭-國, Câu-di-na-kiệt thành 拘夷那竭-城

kūṭāgāra, Trùng các 重閣

Kūṭagārasāla, Trùng các giảng đường 重閣講堂

kuṭṭha, ung 癰

Kutūhalasālā, Hi hữu giảng đường 希有講堂

L

Lakkhaṇa, Lặc-xoa-na 勒叉那

laṅgī, lăng-kì trùng 楞耆-蟲

lāpa, la-bà 羅婆

Licchavi, Ly-xa 離車

Licchavikumāraka, Ly-xa đồng tử 離車

Lohicca, Lỗ-ê-già-bà-la-môn (魚+日)醯遮婆羅門

lohita-candana, xích chiên đàn 赤栴檀

lokadhammo, thế pháp 世法

lokapaññatti, thi thiết thế gian 施設世間

Lumbinī, Long-tần lâm 隆頻林, Lam-tì-ni viên 藍毘尼園

M

macchariyam, xan 慳

maccheramala, xan tham cấu 慳貪垢, xan cấu 慳垢

madhu-phāṇita, thạch mật 石蜜

Madhurāyaṃ Gundāvana, Bà-la-na-ô-nê trì 婆邏那烏泥池

Māgadha devaputta, Di-kì-ca thiên tử 彌耆迦天子

Magadha rājā, Ma-kiệt-đà vương 摩竭陀王

Magadha, Ma-già-đà quốc 摩伽陀, Ma-kiệt-đà quốc 摩竭陀國, Ma-kiệt-đề quốc 摩竭提國, Ma-kiệt quốc 摩竭-國

Magadha-Nālagāmaka, Ma-kiệt-đề Na-la tụ lạc 摩竭提

那羅聚落

Māgandiya, Ma-kiền-đề 摩犍提

magga, đạo tích 道跡

Māgha devaputta, Ma-già thiên tử 摩伽天子

Maghavā, Ma-già-bà 摩伽婆

Mahābrahmā, Đại phạm thiên 大梵天

mahācorā, đại tặc 大賊

Mahācunda, Đại Thuần-đà 大純陀

Mahaka, Ma-ha-ca 摩訶迦

Mahākaccānyana, Ma-ha-ca-chiên-diên 摩訶哥旃延

Mahākappina, Ma-ha-kiếp-tân-na 摩訶劫賓那

Mahā-Kassapa, Đại Ca-diếp 大-迦葉

Mahākoṭṭhika, Câu-hi-la 拘絺羅, Ma-ha-câu-hi-la 摩訶拘絺羅

Mahāli Licchavī, Ma-ha-lị Li-xa 摩訶利離車

Mahāli, Ma-ha-lợi 摩訶利

mahāmacca, đại thần 大臣

Mahāmoggallāna, Đại Mục-kiền-liên 大目犍連, Đại Mục-liên 大目連, Ma-ha-mục-kiền-liên 摩訶目犍連

Mahānāmo sakko, Thích thị Ma-ha-nam 釋氏摩訶男

Ma-ha-nam 摩訶男

mahanta sapparājā, đại long 大龍

Mahāpajāpatī, Ma-ha-ba-xà-ba-đề 摩訶波闍波提

mahāpaññā, đại tuệ 大慧

Mahāpariḷāha, Đại nhiệt địa ngục 大熱地獄

mahāpurisa, đại trượng phu 大丈夫

mahārukkha, đại thọ 大樹, tâm thọ 心樹

mahāsamudda, đại hải 大海

mahāsatta, ma-ha-tát 摩訶薩

mahāvana, đại lâm 大林

mahāyāga, đại thí 大施

mahāyañña, tà thịnh đại hội 邪盛大會

Mahesi, Đại tiên nhân 大仙人

Mahī, Ma-hê 摩醯

mahoraga, ma-hầu-la-già 摩睺羅伽

majjhima janapada, trung quốc 中國

Makkhali-Gosāla, Mạt-ca-lê-cù-xá-lợi tử 末迦梨瞿舍利子

Makula, Ma-câu-la sơn 摩拘羅山

Malla, Lực Sĩ [= Mạt-la tộc] 力士 [=末羅族]

Māluṅkyā-putta, Ma-la-ca-cữu 摩羅迦舅

māluvā, ma-lâu-ca-diếp 摩樓迦葉

māna, mạn 慢, tự cử 自舉

mānābhisamaya, mạn vô gián 慢無間, mạn hiện quán 慢現觀

Mānadinna gahapati, Ma-na-đề-na trưởng giả 摩那提那長者

manasikāra, chánh tư duy 正思惟, ức niệm 憶念

Mānatthaddha, Kiêu mạn Bà-la-môn 憍慢婆羅門

māṇavaka, ma-na-bà 摩那婆

maṇḍa-māḷa, giảng đường 講堂

maṅgala, cát tường 吉祥

maṅgulitthi ikkhamitthi, chiêm bốc nữ nhân 卜占女人

maṇi, ma-ni 摩尼

Maṇibhadda, Khuất-ma-dạ-xoa quỷ 屈摩夜叉鬼

Mānica-yakkha, Ma-ni-già-la quỷ 摩尼遮羅鬼

Maṇicūḷaka, Ma-ni Châu kế tụ lạc chủ 摩尼珠髻聚落主

māṇika, ma-ni 摩尼

maṇi-ratanaṃ, thần châu bảo 神珠寶

maññita, vọng tưởng 妄想

manomaya-kāya, ý sinh thân 意生身

manosañcetanā, ý tư 意思

manosañcetanā-āhāro, ý tư thực 意思食

manosaṅkhāra, ý hành 意行

manovitakka, giác tưởng 覺想

Mantāṇī, Mãn túc 滿足

manuja, ma-nậu-xà 摩(少+兔)闍

manussa, ma-nậu-xà 摩(少+兔)闍

Māra pāpimant

māra, ma 魔

māradhamma, ma pháp 死法

marana, tử 死

Māra-pāpimant, ác ma 惡魔, ác ma Ba-tuần 惡魔波旬, tệ ma Ba-tuần 弊魔波旬

mārapāsa, ma câu 魔鈎

mārassa vasaṃ gacchanti, tùy ma tự tại 隨魔自在

marīcikā, dã mã 野馬

Mathurā, Ma-thâu-la quốc 摩偷羅國

Māyā, Ma-da phu nhân 摩耶-夫人

mettācetovimutti, từ tâm giải thoát 慈心解脫

Mettiyā, Mật-đa-la 密多羅

Mettiya-bhummajaka, Từ địa tỳ-kheo 慈地比丘

micchādiṭṭhi, tà kiến 邪見

micchāpaṭipāda, tà sự 邪事

Migadaṇḍa, Lộc lâm phạm chí tử 鹿林梵志子

Migajāla, Lộc Nữu 柔紐

Migasālā upāsikā, Ưu-bà-di Lộc Trụ 鹿住優婆夷

Migasālā, Lộc Trụ 鹿住

Mithilā, Di-hi-la quốc 彌絺羅國

mohagāmi, bất minh 不明

Moḷiyaphagguna, Pha-cầu-na 頗求那

Moliyasīvaka, Thi-bà 尸婆

Muddhāvasitta-rājā, Đảnh sanh vương 頂生王

mūlagandhā, căn hương 根香

Muni, Mâu-ni 牟尼

Muni-gāthā (Muni-sutta), Mâu-ni kệ 牟尼偈

musāvāda, vọng ngữ 妄語

Mūsila, Mậu-sư-la 茂師羅

muttacāga, giải thoát thí 解脫施

muṭṭhasacca, thất niệm 失念

N

n'etaṃ mama n'eso' ham asmi na m' eso attā, phi ngã, bất dị ngã, bất tương tại 非我, 不異 我, 不相在

Nadika Giñjakāvasatha, Na-lê tụ lạc thâm lâm trung đãi khách xá 那梨聚落深林中待賓舍

Nādika, Na-lợi-già tụ lạc 那利伽聚落

Nāga, Na-già sơn 那伽山

Nāgadatta, Na-già-đạt-đa 那伽達多

Nāgapāla, Na-già-ba-la 那伽波羅

Nāgarāja, Long vương 龍王

Nagaravinda, Tần-đầu thành 頻頭城

Nāgita, Na-đề-ca 那提迦

nakkhasikho, trảo giáp 爪甲

Nakulapita-gahapati, Na-câu-la trưởng giả 那拘羅長者

Nālakagāmaka, Na-la tụ lạc 那羅聚落

Naḷanda, Na-la tụ lạc 那羅聚落

Nālandā, Na-la-kiền-đà 那羅揵陀

Nālivaṇika, Thương chủ 商主 (?)

nāma-rūpa, danh sắc 名色

Namo tassa Bhagavato Arahato Sammāsambuddhassa, Nam mô Đa-đà-a-già-độ A-la-ha Tam-miệu-tam-phật-đà 南無多陀阿伽度阿羅呵三藐三佛陀

ñāṇadassana, tri kiến 知見

nānādhimutti, chủng chủng ý giải 種種意解

Nandā bhikkhunī, Nan-đà tỳ-kheo-ni 難陀[比丘尼]

Nanda gopālaka, Nan-đồ [mục ngưu] 難屠[牧牛]

Nanda, Nan-đà 難陀

Nandaka, Nan-đà [=Nan-đà-ca] 難陀[=難陀迦]

Nandanavana, Nan-đà lâm 難陀林, Nan-đà viên 難陀-園

nandikhayā rāgakkhayā, hỷ tham đoạn tận 喜貪斷盡,

Nandipāla-Kumbhakāra, Nan-đề-bà-la [ngõa sư] 難提婆羅[瓦師]

nandirāga, hỉ tham 喜貪

Nandiya, Nan-đề 難提

Nando Bhagavato mātucchā-putto, Nan-đà Phật Di mẫu tử 難陀佛姨母子

Nandopananda, Nan-đà Bạt-nan-đà long vương 難陀跋難陀-龍王

nappajānati, bất tri 不知

Nārada, Na-la 那羅

naṭa, ca vũ kỹ nhạc 歌舞伎樂

Ñātika Giñjakāvasatha, Na-lê-ca tụ lạc 那梨迦-聚落, Na-lê tụ lạc khúc cốc tinh xá 那梨聚落曲谷精舍, Na-lê tụ lạc thâm cốc tinh xá 那梨聚落深谷精舍

ñativitakko, thân lý giác 親里覺

na-tumhākam, phi nhữ sở ưng chi pháp 非汝所應之法

navaka bhikkhu, doanh sự tỳ-kheo 營事比丘

navakammika, doanh tác điền nghiệp 營作田業

navanīta, tô du 酥油

ñāyassa adhigamāya nibbānassa sacchikiriyāya, đắc chân như pháp 得真如法

nekkhamadhātu, xuất ly giới 出離界

nekkhamavitakka, xuất yếu tưởng 出要想

nekkhamma, nissaraṇa, xuất ly 出離

nekkhamma, xuất gia 出家

nelaṅga, chi thanh 枝青

Nemindhara, Ni-dân-đà-la sơn 尼民陀羅山

Nerañjarā, Ni-liên-thiền hà 尼連禪河

nevasaññānāsaññāyatana, phi tưởng phi phi tưởng nhập xứ 非想非非想入處

nibbāna, niết-bàn 涅槃

nibbānasappāya paṭipada, niết-bàn đạo tích 涅槃道跡

nibbedhikapaññā, tiệp tật trí tuệ 捷疾智慧

nibbedhikāya, quyết định 決定, quyết trạch trí 決擇智

nibbidā, nibbindati, yếm ly 厭離

niccaṃ maggam, tốc đạo 速道

nidāna samudaya jātika pabhava, nhân tập sanh xúc 因集生觸

nidāna, nhân 因

nidāna, ni-đà-na 尼陀那, ni-đà-na pháp 尼陀那法

nigama, tụ lạc 聚落

Nigaṇṭha, Ni-kiền [=Ni-kiền-đà] 尼键[=尼乾陀]

Nigaṇṭha-Nātaputta, Ni-kiền-đà-nhã-đề tử 尼键陀若提子, Ni-kiền đại sư 尼乾大師, Ni-kiền ngoại đạo Nhã-đề tử 尼乾外道-若提子

nigrodha, ni-câu-lũ-đà thọ 尼拘婁陀樹, ni-câu-luật thọ 尼拘律樹, ni-câu-lưu-tha thọ 尼拘留他樹

Nigrodha, Vô nhuế 無恚

Nigrodha-Kappa, Ni-câu-luật tướng 尼拘律相

Nigrodhārāma, Ni-câu-luật viên 尼拘律園, Ni-câu-lũ-đà viên 尼拘婁陀園

Nikaṭa, Ni-ca-tra 尼迦吒

nikkamadhātu, xuất hành giới 出行界

Nikrodha, Vô nhuế 無恚

nīlavannāni, thanh sắc 青色

nimittānusāriviññāṇa, thủ tướng tâm 取相心

Niṁka, Năng-cầu 能求

Nimmānarati, Hoá lạc thiên 化樂天

nimokkha, quyết định giải thoát 決定解脫

Nirabbuda, Ni-la-phù-đa ngục 尼羅浮多獄, Ni-la-phù-đà 尼羅浮陀

niraggaḷo, vô hữu quan kiện 無有關鍵

nirāmisam sukham, vô thực lạc 無食樂

nirāso, vô hy vọng 無悕望

niraya, địa ngục 地獄, nê-lê 泥梨

nirodha, diệt 滅

nirodha, tịch diệt 寂滅

nirodhadhātu, diệt giới 滅界

nirodhaṃ paṭicca, duyên diệt 緣滅

nirodhanissitaṃ vossagapariṇāmiṃ, y diệt, xả 依滅捨

nirodhasamāpatti, diệt định 滅定

nirodhāya paṇipanno, chánh hướng diệt tận 正向滅盡

nisīdana, ni sư đàn 尼師壇

nissara, xả ly 捨離

nissaraṇa, xuất yếu, thoát 脫

nivāraṇa, ấm cái 陰蓋

O

ogha, bộc lưu 瀑流

opapātikā, hoá sinh 化生

orambhāgiyāni saṃyojāni, hạ phần kết 下分結

ottapabala, quý lực 愧力

P

pabhaṅguṃ ca appabhaṅguṃ ca, hoại bất hoại pháp 壞不壞法

pabhava, xúc [=tế hoạt] 觸[=細滑], xúc [=cánh lạc,] 觸[=更樂]

Paccanīkasāta, Vi Nghĩa, 違義

paccantima nagara, biên thành 邊城

paccaya, duyên 緣

Pacceka Brahmā, Biệt Phạm thiên 別梵天

Paccekabuddha, Bích-chi Phật 辟支佛

paccorohaṇī, xả pháp 捨法

Pācīnavaṁsa, Trường trúc sơn 長竹山

padāttha, cú nghĩa 句義

paduma, ba-đàm-ma hoa 波曇摩華

Paduma, Bát-đàm-ma 鉢曇摩 (địa ngục)

padumapatta, Bát-đàm-ma diệp 鉢曇摩葉

paggahanimitta, cần tướng 勤相

pahāna, đoạn trừ 斷除

pahānābhisamayā, đoạn hiện quán 斷現觀

pahāna-padhāna, đoạn đoạn 斷斷

pahāna-pariññā, đoạn tri 斷知

pahānasaññā, đoạn tưởng 斷想

Pahāsā devā, Hoan hỉ thiên 歡喜天

pahātabba, diệt pháp 滅法

pājā, chúng sinh 衆生

Pajāpati, Ba-xà-ba-đề 波闍波提

Pajjunnassa dhītā, Quang minh thiên nữ 光明天女

Pakudha-Kaccāyana, Ca-la-câu-đà-ca-chiên-diên 迦羅拘陀迦栴延

palagaṇḍa, công xảo sư 工巧師

pamāda, phóng dật 放逸

pañca kāmaguṇā, ngũ dục 五欲

pañca nīvaraṇāni, ngũ cái 五蓋

pañca sīla, ngũ giới 五戒

Pañcāla, Bán-xà quốc Bà-đà tụ lạc 半闍國婆陀聚落

Pañcāla-caṇḍa, Bàn-xà-la-kiện thiên tử 般闍妣羅健天子

Pañca-nadī, Ngũ đại hà 五大河

Pañcasālāya brāhmaṇagāma, Sa-la-bà-la-môn tụ lạc 娑羅婆羅門聚落

pañcindriyāni, ngũ căn 五根

pañcorambhāgiya-aṃyojana, ngũ hạ phần kết 五下分結

paṇḍita, hiệt huệ 點慧

Paṇḍita-Kumāraka, Thông minh đồng tử 聰明童子

Paṅkadhā (Saṅkava), Băng-già-xà 崩伽闍, Băng-già-kì

lâm 崩伽耆-林

paññābala, huệ lực 慧力

paññājīvi, trí tuệ mạng 智慧命

paññāpana, thi thiết 施設

paṇṇarasa, thập ngũ nhật 十五日

paññatti, thi thiết 施設

paññāvimutta, huệ giải thoát 慧解脫

paññca āvaraṇā, ngũ chướng 五障

paññuttarā, trí tuệ vi thượng 智慧為上

pāpadhamma, ác pháp 惡法

pāpakā akusalā dhammā, ác bất thiện pháp 惡不善法

Papāto, Thâm Hiểm 深嶮

Pāpimant, Ba-tuần 波旬

parahitāya, an ủy tha 安慰他

pārājika, ba-la-di 波羅夷

paraloka, hậu thế 後世

paramassāsa, thượng tô tức 上蘇息

Paranimmitavasavattī, Tha hóa tự tại thiên 他化自在天

Pārāsariya, Ba-la-xa-na 波羅奢那

Pārāsiviya, Ba-la-xa-na 波羅奢那

pārāyana puṇṇakapañha, Ba-la-diên-phú-lân-ni-ca sở vấn 波羅延富隣尼迦所問

Pārāyana-vagga, Ba-la-diên-na phẩm 波羅延那品

pāricchattaka, ba-lê-da-đa-la-(câu-tì-đà-la hương) thọ 波梨耶多羅(拘毘陀羅香)樹, viên sinh thọ 園生樹

parihānadhamma, thoái chuyển pháp 退轉法

parijāna, thức 識, biến tri 遍知

parikassati, câu khiên 拘牽

Pārileyyaka, Ba-đà tụ lạc 波陀聚落

parinibbāna, bát-nê-hoàn 般泥洹

pariññā, biến tri trí 遍知智

pariññeyya, giác pháp 覺法

pārisuddhipadhānyaṅga, thanh tịnh cần chi 清淨勤支

Parittābhā, Thiểu quang thiên 少光天

Parittasubhā, Thiểu tịnh thiên 少淨天

parivesanā, tác ẩm thực xứ 作飲食處

parivīmaṃsama, tư lương 思量

pariye ñāṇaṃ, tha tâm trí 他心智

pariyesanānānatta, chủng chủng cầu 種種求

pariyesita, cầu 求

pariyuṭṭhāna, triền phược 纏縛

pasākhā, chi tiết 肢節

Pasenadi, Ba-tư-nặc vương 波斯匿王

passaddhisambojjhaṅga, y giác chi 猗覺支, y giác phần 猗覺分, khinh an giác chi 輕安覺支

passambhetvā kāyasaṅkhāre, thân tức lạc chánh thọ 身息樂正受

passasati, nội tức 內息

Paṭācārā, Ba-la-giá-la tỳ-kheo-ni 波羅遮羅比丘尼

Pātāla, Thâm Hiểm 深嶮

pāṭalī, ba-tra-lợi hoa 波吒利花, ba-tra-lợi thọ 波吒利樹

Pāṭaliputta, Ba-liên-phất 巴連弗, Ba-tra-lợi-phất-đa-la 波吒利弗多羅

paṭhama-jhāna, sơ thiền 初禪

pathavīdhātu, địa giới 地界

paṭhavikasiṇasamādhi, địa nhất thiết nhập xứ 地一切入處

paṭhavīkasiṇa-samāpatti, địa nhất thiết nhập xứ chánh thọ 地一切入處正受

Paṭibhāna Kūṭa, Thâm Hiểm 深嶮

paṭibhāna, biện tài 辯才

paṭiccasammuppanna dhamma, duyên khởi pháp 緣起法

paṭiccasamuppāda, duyên khởi 緣起, nhân duyên 因緣, duyên sinh 緣生

paṭigha, sân 瞋

paṭighanimitta, chướng ngại tướng 障閡相

paṭighānusaya, sân nhuế sử 瞋恚使

paṭihāriya, giáo hoá 教化, thị đạo 示導

pāṭihāriyapakkha, thần biến nguyệt 神變月

paṭinissaga, xuất yếu 出要

paṭiññātakara, tự ngôn diệt 自言滅

paṭipadā, đạo tích 道跡

paṭipadānuttariya, đạo tích vô thượng 道跡無上

paṭisallāna, thiền tư 禪思

paṭisambhidā, vô ngại giải 無礙解, vô ngại biện 無礙辨

paṭisaṅkhānabala, số lực 數力, tư trạch lực 思擇力

pavajamānānam, tuần du 巡遊, kỳ thỉnh xứ 祈請處 (= *pavāraṇāmāna*)

pavāraṇā, thực thọ thời 食受時 (?), tự tứ 自恣, tự tứ thỉnh 自恣請

Pāveyyakā, Ba-lê-da tụ lạc 波梨耶聚落

Paviṭṭha, Thù thắng 殊勝

paviveka, nhàn cư 閑居, viễn ly 遠離

payoga, phương tiện giới 方便, gia hành 加行

pema, cố niệm 顧念

pesaca, tì-xá-già 毘舍遮

pesi, nhục đoạn 肉段

pettavisaya, ngạ quỷ giới 餓鬼界

peyyavācā, ái ngữ 愛語

Phagguna, Phả-cầu-na 叵求那

Phalagaṇḍa, Ba-la-kiện-trà 波羅健荼

phalapāramita, quả ba-la-mật 果-波羅蜜

phalavemattatā, quả ba-la-mật 果-波羅蜜

phalika, pha lê 頗梨

phassakāyā, xúc thân 觸身

phassāyatana, xúc nhập xứ 觸入處

phāsuvihāra, lạc trú 樂住

piṇḍapātapārisuddhi, thanh tịnh khất thực 清淨乞食

piṇḍapātikā, khất thực 乞食

Piṇḍola-Bhāradvāja, Tân-đầu-lô 賓頭盧

piṇḍolya, khất thực 乞食

Piṅgiya, Ba-tì-sấu-nậu 波毘瘦(少+兔)

Piṅgiya, Tân-kì-ca 賓耆迦

pipita, thất-thất-la 七七羅

pīti, hỉ 喜, hỉ lạc 喜樂

pītisambojjhaṅga, hỉ giác chi 喜覺支, hỉ giác phần 喜覺分

pītisukha, hỉ lạc 喜樂

Piyaṅkara, Tất-lăng-già quỷ tử 畢陵伽-鬼子

Piyaṅkaramātā, Tất-lăng-già quỷ tử mẫu 畢陵伽-鬼子母

pokkharaṇi, dục trì, hồ trì 湖池

posenti, cung dưỡng 供養

pubbā koṭi, purinā koṭi, bổn tế 本際

pubbaja, quý sinh 貴生

Pubbajira, Trấn-trân-ni-bà-la-môn tụ lạc 鎮珍尼婆羅門-聚落

pubbantaṃ, tiền tế 前際

Pubbārama Migāgamātu-pāsāda, Đông viên Lộc tử mẫu giảng đường 東園鹿子母講堂

puggala, nhân 人

Puggala, Phước-già-la 福伽羅

puggala, sĩ kỳ [=sĩ phu?] 士其[=士夫?]

puggalavemattatā, nhân ba-la-mật 人波羅蜜

Pukkusāti, Phất-ca-la-sa-lê 弗迦羅娑梨

Punabbasumātā, Phú-na-bà-tẩu quỷ tử mẫu 富那婆藪-鬼子母

puṇḍarīka, phân-đà-lợi 芬陀利, phân-đà-lợi [hoa] 分陀利[花], phân-đà-lợi trì 分陀利-池

Puṇḍavardhana, Phú-lâu-na-bạt-đà-na quốc 富樓那跋陀那國

Puṇṇa Mantā, Puṇṇa-Mantāni-putta, Phú-lưu-na-di-đa-la-ni-tử 富留那彌多羅尼子,

Puṇṇa, Phú-lâu-na 富樓那

puññābhisaṃkhāro, phước hành 福行

puññābhisandhā, phước đức nhuận trạch 福德潤澤

Puṇṇiya, Phú-lân-ni 富隣尼

pupphagandha, hoa hương 花香

purāṇa kamma, bản tu hành nguyện 本修行願, bản nghiệp 本業

Purāṇa, Phú-lan-na 富蘭那

Pūraṇa-Kassapa, Phú-lan-na-ca-diếp 富蘭那迦葉

Puraṇa-Kassapa, Phú-lan-na-ca-diếp 富蘭那迦葉]

Purindada, Phú-lan-đà-la 富蘭陀羅

purisa, trượng phu 丈夫

Purisadammasārathi, Điều ngự trượng phu 調御丈夫

purisakhaḷuṅka, ác trượng phu 惡丈夫

purisuttama, thượng sĩ phu 上士夫

purusa, sĩ kỳ [=sĩ phu?] 士其[=士夫?]

puthujjana, phàm phu 凡夫

R

Rādha, La-đà 羅陀

Rādhagupta (Skt), La-đà-quật-đa 羅陀崛多

rāgānusayo, tham sử 貪使

rahogata, độc nhất tĩnh xứ 獨一靜處

Rāhu-asurinda, La-hầu-la-a-tu-la vương 羅睺羅阿修羅王

Rāhula, La-hầu-la 羅睺羅

Rājagaha, Vương-xá thành 王舍城

rājakārāma, vương viên 王園

Rakkha, La-sát 羅剎

Rāmagāma, La-ma-la thôn 羅摩羅-村

Rāsiya gāmiṇi, Vương đỉnh tụ lạc chủ 王頂聚落主

Raṭṭhavanta, Lại-tra-bàn-đề quốc 賴吒槃提-國

rattindivakkhaya, nhật dạ thiên 日夜遷

Revataka, Ly-ba-đa 離波多

Rohitassa, A-tì-ca ấp 阿毘迦邑, A-tì-ca tụ lạc 阿毘迦-聚落

rūpa, sắc 色

rūpa-bhava, sắc hữu 色有

rūpadhātu, sắc 色界

rūpaṃ aniccaṃ, sắc thường vô thường 色常無常

rūpanirodha, sắc diệt 色滅

rūpanirodhagāminiṃ paṭipada, sắc diệt đạo tích 色滅道跡

rūpappaṭisaṃyutto vimokkho, sắc câu hành giải thoát 色俱行解脫

rūparāga, sắc ái 色愛

rūpassa ādīnava, sắc hoạn 色患

rūpassa assāda, sắc vị 色味

rūpassa nissarana, sắc ly 色離

rūpataṇhā, sắc ái 色愛

rūpupayaṃ, ư sắc phong trệ 於色封滯

S

sabbaññu, nhất thiết trí 一切智

sabbhireva, chánh sĩ 正士

sabrahmacarī, phạm hạnh nhân 梵行人

Saccaka-Nigaṇṭhaputta, Tát-già-ni-kiền-tử 薩遮尼犍子

saccasammbhūtāni, chân thật tịch chỉ 真實寂止

saddhā, tín 信

saddhābala, tín lực 信力

saddhamma, chân thật pháp 真實法, chánh pháp 正法

saddhammapaṭirūpaka, tượng pháp 像法, tương tự tượng pháp 相似像法

saddhammasavana, thính pháp 聽法

saddhānusārin, tín hành 信行

saddhānusārin, tùy tín hành 隨信行

saddhāsampanna, tín cụ túc 信具足

saddhāvimutta, tín giải thoát 信解脫

sadutiyavihārī, đệ nhị trú 第二住

sagathā, kệ 偈

sagga, sinh thiên 生天

Sahampati, Sa-bà thế giới chủ 娑婆-世界主

Sahassa majjhimakā lokadhātu, trung thiên thế giới 中千世界

sahassadhā lokadhātu, tiểu thiên thế giới 小千世界, thiên thế giới 千世界

Sahassaneta, Thiên nhãn tôn thiên vương 千眼尊天王

Sahassasakkha, Thiên nhãn tôn thiên vương 千眼尊天王

sahassīlokadhātu, thiên thế giới 千世界

sajjhāyati, tát-xà 薩闍

sākacchāya, kiến thuyết 見說

sakadāgāmin, tư-đà-hàm 斯陀含, nhất lai 一來

Sāketa Añjanavana, Sa-kì thành an thiền lâm 娑祇-城安禪林

Sāketa, Sa-chỉ quốc 娑枳國

Sakka devānam Inda, Thiên đế Thích 天-帝釋, Thích Đềhoàn Nhân 釋提桓因

sakkacca, kính thí 敬施

sakkāya, hữu thân 有身

sakkāyadiṭṭhi, hữu thân kiến 有身見

sakkāyanirodhanta, hữu thân diệt 有身滅

sakkayānta, hữu thân biên 有身邊

sakkāyasamudayagāminipaṭipadā, hữu thân tập thú đạo 有身集趣道

sakuṇa, điểu 鳥

sāla, kiên cố thọ 堅固樹, sa-la thọ 沙羅樹

Sālagāma, Tát-la tụ lạc thôn 薩羅-聚落村

salāka, sa la 沙羅, trù 籌

Sālavana, Sa-la lâm 娑邏-林

Sallattena, Tiễn 箭

samādahaṃ cittaṃ, giác tri tâm định 覺知心定

samādhi, định, tam-ma-đề 三摩提

samādhinimitta, định tướng 定相

samādhiparikkhāra, định lực 定力

samādhismiṃ gocarakusalo, chánh thọ xứ thiện 正受處善

samādhismiṃ kallitakusalo, chánh thọ thời thiện 正受時善

samādhismiṃ samādhikusala, tam muội thiện 三昧善, tam muội thời thiện 三昧時善

samādhismiṃ samāpattikusalo, chánh thọ thiện 正受善

samādhismiṃ vuṭṭhanākusalo, chánh thọ khởi thiện 正受起善

samādhiya pītisukha, định sanh hỉ lạc 定生喜樂

samagga, hòa hợp 和合

samaggī, hòa hợp 和合

samaṇa, sa-môn 沙門

samānattatā, đồng lợi 同利, đồng sự 同事

sāmaṇera, sa-di 沙彌

sāmaṇerī, sa-di-ni 沙彌尼

sāmañña, sa-môn pháp 沙門法

sāmañña, sa-môn pháp 沙門法

sāmaññaphala, sa-môn quả 沙門果

sāmaññaphala, sa-môn quả 沙門果

sāmaññattha, sa-môn nghĩa 沙門義

samanupassati, đẳng quán 等觀

samāpanna, chánh thọ 正受

samāpatti, chánh thọ 正受

samāpatti, chánh thọ 正受

samatha vipassanā, chỉ quán 止觀

samatha, chỉ 止

sāmāyika cetovimutta, thời thọ ý giải thoát 時受意解脫

sāmāyikaṃ cetovimuttiṃ, thời thọ ý giải thoát 時受意解脫

Sambarimāyā, Huyễn thuật 幻術

Sambha, Tu-ma 修摩

sambhojjhaṅgā, giác chi 覺支

sambodha, chánh giác 正覺

sambodhi, tam Bồ-đề 三菩提

samdassesi samādapesi samuttejasi sampahaṃsesi, thị giáo lợi hỷ 示教利喜

saṃghassa karanīya, tăng sự 僧事

Samiddhi, Tam-di-li-đề 三彌離提, tam-di-đề 三彌提

sāmisāpi sukhā vedanā, lạc thực thọ 樂食受

saṃjīva, tưởng 想

Saṃkassa, Tăng-ca-xá thành 僧迦舍城

saṃkiṇṇa-parikkha, bình trị thành tiệm 平治城塹

sammā-ājiva, chánh mạng 正命

sammādiṭṭhi, chánh kiến 正見, đẳng kiến 等見

sammaggatā, thiện đáo 善到

sammākammamta, chánh hành 正行

sammā-kammanta, chánh nghiệp 正業

sammā-manasikāra, chánh ức niệm 正憶念

sammāñāṇa, chánh trí 正智

sammāpaṇidhi, chánh nguyện 正願

samma-paññā, chánh huệ 正慧

sammā-paṭipadā, chánh hành 正行

sammāpaṭipanna, chánh hướng 正向

sammappadhāna, chánh cần 正勤, chánh đoạn 正斷

sammappañā, bình đẳng huệ, chánh huệ 正慧

sammappaññā, chánh trí 正智

sammā-samādhi, chánh định 正定

Sammāsambuddha, Tam-da-tam Phật 三耶三佛

sammā-saṅkappa, chánh tư duy 正思惟

sammā-sati, chánh niệm 正念

sammāvācā, chánh ngữ 正語

sammāvayāma, chánh phương tiện 正方便

sammukhavikappana, chân thật thí 眞實施

sammukhībhūta saṅgha, hiện tiền tăng 現前僧

sampajāna, chánh trí 正智, chánh tri 正知

saṃsapanīyadhammapariyā, xà hành pháp 蛇行法

samudaya, tập 集

samuṭṭhāna, đẳng khởi 等起

saṃvara, luật nghi 律儀

saṃvara, thủ hộ 守護

saṃvara-padhāna, Luật nghi đoạn 律儀斷

saṃyoga, ách ngại 阨礙

saṃyojana, kết phược 結縛, kết sử 結使 triền kết 纏結

saṃyojaniya dhamma, kết sở hệ pháp 結所繫法

sañcetanā-kāya, tư thân 思身

Sandha, Sằn-đà Ca-chiên-diên 詵陀迦旃延

sandiṭṭhika, hiện kiến pháp 現見法

saṅgahabala, nhiếp lực 攝力

Saṅgāmaji, Tăng-ca-lam 僧迦藍

saṅgaṇhāti, nhiếp hộ 攝護

saṅghabheda, phá tăng 破僧

Saṅghānussati, niệm Tăng 念僧

saṅghārāma, Tăng-già-lam 僧伽藍

saṅghasobhaṇa, Tăng hảo 僧好, Tăng trung hảo 僧中好, thiện chúng 善眾

saṅghāṭī, tăng-già-lê 僧伽梨

Sañjaya-Belaṭṭhiputta, San-xà-da-tì-la-chi tử 删闍耶毘羅胝子, San-xà-da-tì-la-chỉ tử 删闍耶毘羅𦝫-子, Tiên-xà-na-tì-la-chi-tử 先闍那毘羅胝-子

saṅkappa, giác 覺, niệm 念

Saṅkassa, Tăng-ca-xa quốc 僧迦奢國, Tăng-ca-xá thành 僧迦舍-城

saṅkhāra, hành 行

saṅkhāradhātu, hành giới 行界

saṅkhāra-dukkhatā, hành khổ 行苦

saṅkhātadhamma, pháp số 法數

saññākāya, tưởng thân 想身

saññāvedayita-nirodhasamāpatti, diệt tận định 滅盡定

saññīva, tưởng 想

saññojana, hệ phược 繫縛

santa cetovimutti, tịch tĩnh tâm giải thoát 寂靜心解脫

santaka, chỉ tức 止息

santavihāra, tịch diệt chánh thọ 寂滅正受

sante ekodibhāvite, tịch tĩnh 寂靜

santuṭṭhi, tri túc 知足

Sappasoṇḍikapabbhāra, Xà đầu nham 蛇頭巖

sappi-maṇḍa, đề hồ 醍醐

sappurisa, chánh sĩ, thiện nam tử 善男子, thiện nhân 善人

Sāpūga (Sāmuga), Kiều-trì 橋池

Sāpūga, Bà-đầu tụ lạc 婆頭-聚落

Sara, Tát-la 薩羅

Sarabha, Xá-la-bộ 舍羅步

Sarabhū, Tát-la-do 薩羅由, Tát-la-du 薩羅谀

sāragandha, kiên cố hương 堅固香, thọ tâm hương 樹心香

Sarājitā devā, Tiễn hàng phục thiên 箭降伏天

Sarakāni, Saraṇāni, Bách thủ thích thị 百手釋氏

Sārandada-cetiya, Sa-la thọ trì chi đề 娑羅受持支提

Sarañjita devā, Tiễn hàng phục thiên 箭降伏天

Sarassatī, Tát-la 薩羅

Sāriputta, Xá-lợi-phất 舍利弗

sarīra, xá lợi 舍利

sasaṅkhāraniggayhavārita-gata, hữu hành sở trì

sasaṅkhāraparinibbayī, hữu hành bát niết bàn 有行-般涅槃

satādhipateyya, niệm tăng thượng 念增上

Sātāgira, Sa-đa-kì-lợi thiên thần 娑多耆利天神

sati, chánh niệm, ức niệm 憶念

satipaṭṭhāna, niệm xứ 念處

satisampajañña, thắng niệm 勝念

sattā opapātikā, chúng sanh sanh 眾生生

sattakkhattuparama, thất hữu 七有, cực thất phản 極七反

Sattambaka-cetiya, Tất-am-la thụ chi đề 漆菴羅-樹-支提

Sattapaṇṇiguhā, Thất diệp thọ lâm thạch thất 七葉樹林石室

sattaṭṭhānakusala, thất xứ thiện 七處善

sa-upādisesa-nibbāna, hữu dư niết-bàn 有餘-涅槃

sāvaka, thanh văn 聲聞

Sāvatthi, Xá-vệ quốc 舍衛-國

sa-vighātaṃ, sa-upayāsaṃ, hữu ngại, hữu não 有礙, 有惱

savitakka-savicāra, hữu giác hữu quán 有覺有觀, hữu

tầm hữu tứ 有尋有伺

savitakko savicāro samādhi, hữu định, hữu định tướng 有定有定相, hữu tầm hữu tứ định 有尋有伺定

Sāvittī, Sa-tì-đế 娑毘諦

savyāpajjhāya, hiềm hận 嫌恨

sayaṃ abhiññā sacchikatvā, tự tri tác chứng 自知作證

sāyaṇhasamayaṃ patisallāna, trú chánh thọ 晝正受

Sedaka, Tư-già-đà tụ lạc 私伽陀-聚落

sekha, học nhân 學人

sekhabala, học lực 學力

sekhabhūmi, học địa 學地

sekhavihāra, học trụ 學住

Selā, Thi-la tỳ-kheo-ni 尸羅比丘尼

Senagāma, Đại tướng thôn 大將村

Seniya, Tiên Ni 仙尼

Serī devaputta, Tất-tì-lê thiên tử 悉鞞梨-天子

setachattā, tản cái 繖蓋

setapacchāda, bạch phú 白覆

sevati, tập cận 習近

sevitabba, tập cận 習近

Sīhanāda, Sư Tử Hống 師子吼

Sikhāmoggallāna, Oanh phát Mục-kiền-liên 縈髮目犍連

Sikhin, Thi-khí Phật 尸棄佛, Thức-khí Phật 式棄佛

Sikkhamaṇā, Thức-xoa-ma-ni 式叉摩尼

sikkhānisaṃsā, học giới tùy phước lợi 學戒隨福利

sikkhāpadapaṭisaṃyutta, giới tương ưng pháp 戒相應法

sīla, giới 戒 thi-la 尸羅

sīlabbataparāmāsa, giới thủ 戒取, giới cấm thủ 戒禁取

sīlamaya puññakiriyavatthu, giới loại phước nghiệp sự 戒類業事

sīlapārisuddhipadhāniyaṅga, giới thanh tịnh cần chi 戒清淨勤支

sīlasampanna, giới cụ túc 戒具足

Silāvatī, Thích thị thạch chủ thích thị tụ lạc 釋氏石主釋氏聚落

sīlavipatti, phá giới 破戒

sīlavisuddhattha, giới thanh tịnh 戒清淨

Siṁsapā-vana, Thân-thứ lâm 申怒林

Sindhū, Tân-đầu 新頭

siṅgalā, dã can 野干

sippaṭṭhāna, kỹ thuật 伎術, công xảo xứ 工巧處

sirīsa, thi-lị-sa quả 尸利沙-果

sīsachinna, đoạn nhân đầu 斷人頭

Sīsupacālā bhikkhunī, Thi-lị-sa-già-la tỳ-kheo-ni 尸利沙遮羅比丘尼

Sītavalāhaka, Hàn thiên 寒天

Sītavana, Hàn lâm 寒林

Sitavana, Hàn lâm 寒林

sītibhūta, thanh lương 清涼

Siva devaputta, Thi-tì thiên tử 尸毘-天子

soceyya, tịnh hạnh 淨行

sogandhika, tu-kiện-đề hoa 修楗提-華

soḷasaparikkhāra, phần số 分數

Somā bhikkhunī, Tô-ma tỳ-kheo-ni 穌摩比丘尼

soṇā, cẩu 狗

Soṇa, Nhị thập ức nhĩ 二十億耳

Soṇa-Kolivīsa, Nhị thập ức nhĩ 二十億耳

soṇḍipañcamāni aṅgāni, tàng lục 藏六

Soṇo gahapatiputto, Thâu-lũ-na 輸屢那

Sorata, Tu-la-tha 修羅他, Hiền Thiện 賢善, Nhẫn Thiện

忍善

sotāpanna, tu-đà-hoàn 須陀洹, Dự lưu, 預流, nhập lưu giả 入流者

sotāpattyaṅga, nhập lưu phần 入流分

Subhadda, Tu-bạt-đà-la 須跋陀羅, Tu-bạt-đà-la ngoại đạo xuất gia 須跋陀羅-外道出家

subhadhātu, tịnh giới 淨界

Subhakiṇhā Devā, Biến tịnh thiên 遍淨天

subhanimitta, xúc tướng 觸相

Subrāhmā Pacceka-Brahma, Thiện Phạm thiên 善梵天, Thiện tí biệt phạm thiên 善臂別梵天, Thiện tí Phạm thiên 善臂梵天

sucarrita, diệu hành 妙行

Sūciloma, Châm mao quỷ 針毛鬼

Sucimukhī, tịnh khẩu ngoại giáo xuất gia ni 淨口外教出家尼

Sudassana, Thiện kiến sơn 善見山

Sudassano māṇavo, Uất-đa-la ma-nạp 鬱多羅摩納

Sudatta, Tu-đạt-đa 須達多

Sudatta-gahapati, Tu-đạt trưởng giả 須達-長者

sudhamma, diệu pháp 妙法

Sudhamma-sabhā, Pháp giảng đường 法講堂

Sudhamma-sabhā, Tập pháp giảng đường 集法講堂

Sujā, Xá-chỉ 舍脂

Sujāmpati, Xá-chỉ-bát-đê 舍指鉢低, Xá-chỉ chi phu 舍脂-之夫

Sujātā upāsikā, Thiện Sinh ưu-bà-di 善生-優婆夷

Sujāta, Thiện Sinh 善生

sūkarā, trư 猪

sukhā vedanā, lạc thọ 樂受

sukha, lạc 樂

Sukkā bhikkhunī, Thúc-già-la tỳ-kheo-ni 叔伽羅比丘尼, Thúc-già tỳ-kheo-ni 叔伽比丘尼

sukka-pakkha, nguyệt tịnh phần 月淨分

sūla, thương 槍

Sumāgadhā, Tu-ma-kiệt-đà trì 須摩竭陀-池

Sumeru, Tu-di 須彌

Sumeru-pabbata, Tu-di sơn 須彌-山

Sumeru-pabbata-rājā, Tu-di sơn vương 須彌-山王

sumsumāra, thất-thâu-ma-la 失收摩羅

Sumsumāragira, Thất-thâu-ma-la sơn ấp 失收摩羅-山

邑

Sunāparantaka, Tây phương Thâu-lô-na 西方輸盧那

Sundarī, Tôn-đà-bàn-lê 孫陀槃梨

Sundarikā-nadī, Tôn-đà-lợi hà 孫陀利-河

Sunimmita-devarājā, Thiện hoá lạc thiên vương 善化樂天王

suññā cetovimutti, không tâm tam muội 空心三昧

suññatā, không tịch 空寂

suññatāvihāra, không tam muội 空三昧

Suparanimmitavasavatta-devaputta, Thiện tha hoá tự tại thiên tử 善他化自在天子

Supassa, Tú-ba-la-thủ sơn 宿波羅首-山

Supassa, Tú-ba-la-thủ 宿波羅首

supaṭipanna, chánh hướng 正向

Supatiṭṭha-cetiya-laṭṭhivana, Thiện kiến lập chi-đề trượng lâm 善建立-支提-杖林

suppurisasaṃseva, thân cận thiện sỹ 親近善士

Susīma devaputta, Tu-thâm thiên tử 須深天子

Susima, Tu thâm 須深

Susīma, Tu-sư-ma 修師摩

Susima-paribbājaka, Tu-thâm (niên thiếu) 須深

Susuṃmāragira Bhesakalāvana Migadāya, Thiết-thủ-bà-la sơn Lộc dã thâm lâm 設首婆羅山鹿野深林

sutavā ariyasāvaka, đa văn thánh đệ tử 多聞聖弟子

suvimutto, thiện giải thoát 善解脫

Suvīra-devaputta, Tú-tì-lê thiên tử 宿毘梨-天子

Suyāma-devarājā, Tú-diệm-ma thiên vương 宿焰摩-天王

svayaṃbhū, tự nhiên 自然

T

tagara, đa-ca-la 多迦羅

Tagara-Sikhin, Đa-già-la-thi-khí Bích-chi Phật 多迦羅尸棄辟支佛

Takkasilā, Đức-xoa-thi-la 德叉尸羅, Đức-xoa-thi-la quốc 德叉尸羅-國

tālacchigalena, tinh xá môn 精舍門

Tamasā-vana, Đa-ba-bà 多波婆

taṇhā, ân ái 恩愛, ái, ái niệm 愛念

taṇhā ponobhavikā, đương lai hữu ái 當來有愛

taṇhakāya, ái thân 愛身

taṇhākkhaya, ái tận 愛盡

taṇhākkhayavimutti, ái tận giải thoát 愛盡解脫

taṇhāsaṃkhaya-vimutta, ái tận giải thoát 愛盡解脫

taṇhasaṃyojana, ái kết 愛結

Tappodā, Tháp-bổ hà 搨補-河

Tathāgata, Đa-đà-a-già-độ 多陀阿伽度

Tathāgatavihāra, Như Lai trụ 如來住

tatratatrābhinandī, bỉ bỉ ái lạc 彼彼愛樂

Tāvatiṃsa, Đao-lợi thiên 忉利天, Tam thập tam thiên 三十三天

tejo-samādhi, hỏa quang tam muội 火光三昧

tevijjā, tam minh 三明

thāmadhātu, thế lực giới 勢力界

Thera, Thượng tọa 上坐

Thera-gāthā, Thượng tọa sở thuyết kệ 上座所說偈

Theranāmaka, Thượng tọa Danh 上坐名

Therī-gāthā, Tỳ-kheo-ni sở thuyết kệ 比丘尼所說偈

thinamiddha, thụy miên 睡眠

thinamiddhanīvaraṇaṃ, thụy miên cái 睡眠蓋

ṭhitasīla, giới sư 戒師

ṭhitidhātu, an trụ giới 安住界

Thullanandā bhikkhunī, Thâu-la-nan-đà tỳ-kheo-ni 偷羅難陀比丘尼

tibbarāga, khổ tham 苦貪

Timbaruka, Điếm-mâu-lưu ngoại đạo xuất gia 玷牟留-外道出家

tiṃsādhammā, tam thập pháp 三十法

tiṇṇaṃ saṅgati phasso, tam sự hòa hợp xúc 三事和合觸

tiṇṇaṃ vedānaṃ pāragū, Tam minh đại đức Bà-la-môn 三明大德婆羅門

tiparivattaṃ dvādasākāraṃ, tam chuyển thập nhị hành pháp luân 三轉十二行法輪

tiracchānagatā pāṇā, ban sắc điểu 斑色鳥

tiracchānavijjā, minh ư hoành pháp 明於橫法, súc sinh chú 畜生咒

tiracchānayoni, súc sinh đạo 畜生道

Tissa, Đê-xá 低舍

Tissametteyyamānavapucchā sutta, Ba-la-diên-đê-xádi-đức-lặc sở vấn kinh 波羅延低舍彌德勒所問經

Tiṣyarakṣitā, Đê-xá-la-hi-đa [A Dục vương phu nhân] 低舍羅緒多 [阿育王夫人]

Tivara, Đề-di-la ấp 低彌羅邑

tividhūpaparikkhī, tam quán nghĩa 三觀義

Tusita devā, Đâu-suất-đà thiên 兜率陀天, Đâu-suất thiên 兜率天

Tusita, Đâu-suất-đà 兜率陀

Tusita-devarājā, Đâu-suất-đà thiên vương 兜率陀天王

U

ubbhamukha, ngưỡng khẩu thực 仰口食

ubhatobhāga-vimutti, câu phần giải thoát 俱分解脫, câu giải thoát 俱解脫

ubhatokoṭika pañha, tật-lê luận 蒺藜論

uccākulikāna, quý tộc 貴族

uccheda, đoạn diệt 斷滅

ucchinnā bhavataṇhā, đoạn hữu ái 斷有愛

Udāna, Ưu-đà-na 優陀那

Udayamānava-pucchā, Ba-la-diên-ưu-đà-da sở vấn 波羅延憂陀耶所問

Udāyi, Ưu-đà-di 優陀夷

Uddaka-Rāmaputta, Ưu-lam-phất 優藍弗

uddhacca, điệu (trạo) hối 掉悔

uddhaccakukkucca nīvaraṇāni, trạo cử cái 掉擧蓋

uddhaccakukkucca, trạo hối 掉悔

uddhaṃ sotaparinibbayī, thượng lưu bát-niết-bàn 上流-般涅槃

uddhata, trạo động 掉動

Udena, Ưu-đà-duyên-na 優陀延那

udumbara, ưu-đàm-bát hoa 優曇鉢-花, ưu-đàm-bát-la 優曇鉢羅

Ugga, Úc-cù-lũ 郁瞿婁

Uggatasarīra, Trường thân bà-la-môn 長身-婆羅門

Ujjaya, Uất-xà-ca 欝闍迦

ujugata, chánh trực 正直

ujupaṭipanna, trực tâm 直心, trực hành 直行,

Ukkaṭṭha, Hữu-tùng-ca-đế tụ lạc 有從迦帝聚落

ulūka, ưu-lâu điểu 優樓-鳥

Uṇhavalāka, Nhiệt thiên 熱天

uṇhodakaṃ, an lạc thuỷ 安樂水

Upacālā bhikkhunī, Ưu-ba-già-la tỳ-kheo ni 優波遮羅比丘尼

upādāna, thọ, thủ 取

upādāya, thủ ái 取愛

upadhi, thủ 取, ức ba-đề 億-波提

upādisesa, hữu dư 有餘

Upagupta, Ưu-ba-quật-đa 優波崛多, Ưu-ba-quật tỳ-kheo 優波崛比丘

upahacca-parinibbāyī, sinh bát-niết-bàn 生-般涅槃

upāhana, cách tỉ 革屣

upajjhā, hoà thượng 和尚

Upaka, Ưu-ba-ca 優波迦

upakilesa, tùy phiền não 隨煩惱, cấu uế 垢穢

upakkamadhātu, công kích giới 攻擊界

Upāli, Ưu-ba-ly 優波離

upāsaka, ưu-bà-tắc 優婆塞

upasampāda, cụ túc giới 具足戒

Upasena, Ưu-ba-tiên-na 優波先那

Upatissa, Ưu-bà-đề-xá 優婆提舍

upaṭṭhānasālā, cúng dường đường 供養堂

upaṭṭhitakāyassati, thân niệm xứ 身念處, thân niệm 身念

Upavāṇa, Ưu-bà-ma 優婆摩, Ưu-ba-ma 優波摩

Upavattana-Mallānaṁ sāḷavana, Lực sĩ sanh địa kiên cố song thọ lâm 力士生地堅固雙樹林

upekkhānimitta, xả tướng 捨相

upekkhāsambojjhaṅga, xả giác chi 捨覺支, xả giác phần 捨覺分

upekkha-sati-pārisuddhi, xả tịnh niệm nhất tâm 捨淨念一心, xả niệm thanh tịnh 捨念清淨

uposatha, bố-tát 布薩, trai 齋, trai pháp 齋法

Uposatha-nāgarāja, Bố-tát tượng vương 布薩象王

uppādetabba, sinh pháp 生法

uppala, ưu-bát-la 優鉢羅

Uppalavaṇṇā, Ưu-ba-la tỳ-kheo-ni 優波羅比丘尼, Ưu-bát-la Sắc tỳ-kheo-ni 優鉢羅色比丘尼

uppatha, phi đạo 非道

uraga, long tử 龍子

Urumaṇḍa, Ưu-lưu-man-trà sơn 優留曼茶-山

Uruveka-Kassapa, Uất-tì-la-ca-diếp 欝鞞羅迦葉

Uruvelakappa, Uất-tì-la trú xứ Anh vũ diêm phù lâm 鬱鞞羅聚落鸚鵡閻浮林

Uruvela-Kassapa, Ưu-lâu-tần-loa-ca-diếp 優樓頻螺迦葉

usabhasatāni, đặc ngưu 特牛

uttamapurisa, thượng sĩ 上士

Uttara māṇva, Uất-đa-la niên thiếu 鬱多羅年少

Uttara, Uất-đa-la 欝多羅

uttarāsaṅga, uất-đa-la-tăng 欝多羅僧

Uttarikā, Uất-đa-la 欝多羅

uttarimanussadhamma iddhipāṭihāriya, quá nhân pháp thần túc hoá hiện 過人法神足現化

uttarimanussadhamma, quá nhân pháp 過人法

uṭṭhānasampāda, phương tiện cụ túc 方便具足

Uttiya, Uất-đê-ca 欝低迦

uyyānabhumi, viên lâm 園林

V

vacasaṅkhāra, khẩu hành 口行

Vaccha-gotta, Bà-tha 婆蹉

Vaccha-gotta-paribbājaka, Bà-tha chủng xuất gia 婆蹉-種出家

vacīparama, ngôn ngữ 言語

Vaggumudā, Bạt-cầu-ma trì 跋求摩池

Vajirapāti yakkha, Kim cang lực quỷ thần 金剛力鬼神

Vajjī, Bạt-kì 跋耆

Vajji, Kim-cang tụ lạc 金剛聚落

Vajjībhūmi, Kim Cang địa 金剛地

Vajjiputta, Bạt-kì Tử 跋耆子, Kim Cang tử 金剛子

Vakkali, Bà-ca-lợi-tỳ-kheo 婆迦利比丘, Bạt-ca-lê 跋迦梨, Bạt-ca-lợi 跋迦利

Vakṣu, Bác-xoa 博叉

Valahaka, Lực mã vương 力馬王

Valāhaka-assa-rāja, Bà-la mã vương 婆羅馬王, Lực mã vương 力馬王

Valāhakāyika deva, Phong vân thiên 風雲天

vammīka, khâu trủng 丘塚

vana, viên lâm 園林

Vaṅgīsa, Bà-kì-xá 婆耆舍

Vaṅkaka, Băng-ca 朋迦

varajjati, hỷ tham tận 喜貪盡

Varaṇāya, Bạt-lan-na tụ lạc điểu nê trì 跋蘭那聚落鳥泥池

Varuṇassa, Bà-lưu-na thiên tử 婆留那天子

vasaṃ-vuṭṭha, thọ tuế 受歲

Vāsava, Bà-sa-bà 婆沙婆

vāsava, bà-tiên-tư y 婆(言+先)私衣

vāseṭṭha, bạch y 白衣

Vāsiṭṭhī, Bà-tứ-tra-bà-la-môn-ni 婆四吒婆羅門尼

Vāsiṭṭhī, Bà-tứ-tra-ưu-bà-di [ni] 婆四吒優婆夷[尼]

Vassavalāhaka, Vũ thiên 雨天

vassāvāsa, an cư 安居, hạ an cư 夏安居

Vātavalāhaka, Phong vân thiên 風雲天

vatthuvijjā, minh ư sự 明於事

vāyamati, phương tiện 方便

Veda, Tì-đà 比陀

Vedagū, Minh luận 明論

vedanakāyā, thọ thân 受身

vedayita, giác tri 覺知

Vedehamuni, Tì-đề-ha-mâu-ni 毘提訶牟尼

Vedisa, Chi-đề sơn 支提-山

Vedisagiri, Tì-đề-hê sơn 鞞提醯-山

Vediyaka, Tần-đà sơn 頻陀山

Vehaliṅga, Tì-bạt-lăng-già thôn 鞞跋楞伽-村

Vehapphala, Nhân tính quả thật thiên 因性果實天

Vejayanta, Thượng diệu đường quán, Tì-xà-diên 毘闍延

Vejayantapāsāda, Thường thắng điện 常勝殿

Vejayantasabha, Tì-xà-diên đường quán 毘闍延-堂觀

Vejayantavimāna, Tì-xà-diên đường quán 毘闍延-堂觀

Veḷudvāra, Tì-nữu-đa-la tụ lạc 鞞紐多羅-聚落, Tì-nữu tụ lạc 鞞紐聚落

Veḷuvana-Kalandakanivāpa, Ca-lan-đà Trúc viên 迦蘭陀竹園

vemattatā, thắng như 勝如

Veṇḍu devaputta, Tì-sấu-nữu thiên tử 毘瘦紐-

Vepacitta Asurinda, Tì-ma-chất-đa-la A-tu-luân vương 毘摩質多羅阿須倫-王

Vepacitti, Tì-ma-chất-đa-la 毘摩質多羅, Bà-trĩ 婆稚, Bạt-la-bồ-lô-chiên 跋羅蒲盧旃

Veppulla, Tì-phú-la 毘富羅

Veppulla-pabbata, Tì-phú-la sơn 毘富羅-山

Verahaccāni-gotta-brāhmaṇī, Tì-nữu-ca-chiên-diên thị bà-la-môn-ni 毘紐迦旃延-氏-婆羅門尼

Verahaccānigottābrāhmaṇī-ambavana, Tì-nữu-ca-chiên-diên thị bà-la-môn-ni-am-la viên 毘紐迦旃延氏婆羅門尼菴羅園

Verambhavāta, Bệ-lam-bà phong 鞞嵐婆風

Vesāli, Tì-xá-li 毘舍離 鞞舍離

vessa, cư sĩ 居士

Vessabhū, Tì-thấp-ba-phù Phật 毘濕波浮佛

vessabhū, tì-xá 毘舍

Vessavaṇa, Đa văn 多聞

Veṭaṁbarin, Bệ-lam-bà 毘藍婆

veyyakāraṇa, kí thuyết 記說, kí biệt 記別

vibhava, hoại hữu 壞有

vicikicchā, nghi 疑

Videha, Tì-đề-ha quốc 鞞提訶-國

vidisāmukha, tứ duy khẩu thực 四維口食

Viḍūḍabha, Lưu-ly 琉璃

viggāhikā, tránh 諍

viggayha, đấu tránh 鬪諍

vihāra, tinh xá 精舍, phòng 房

viharati, an trụ, du hành 遊行

vihiṃsaka, hại ý 害意

vihiṃsāsaññā, hại tưởng 害想

vihiṃsavitakka, hại giác 害覺

Vijayā bhikkhunī, Tì-xà-da tỳ-kheo-ni 毘闍耶比丘尼

Vijaya, Tì-xà-da 毘闍耶

vijaya-nandi-ghosaratha, tì-xà-da-nan-đề-cù-sa 毘闍耶難提瞿沙

vijjā ca vimutti ca, minh, giải thoát 明解脫

vijjābhāgiyā minh phần 明分

Vijjācaraṇasampanna, Minh hành túc 明行足

vīmaṃsā-iddhipāda, tư duy định [tứ thần túc chi nhất] 思惟定[四神足之一]

vimāna, cung điện 宮殿

vimuttānuttariyena, giải thoát vô thượng 解脫無上

vimutti, giải thoát 解脫

vimuttiñāṇadassana, giải thoát tri kiến 解脫知見

vimuttipārisuddhipadhāniyaṅga, giải thoát thanh tịnh 解脫清淨

vimuttisārā, giải thoát kiên cố 解脫堅固

viñānatā, tri 知

Vinataka, Tì-na-đa-ca sơn 毘那多迦-山

vinaya, luật 律, tì-ni 毘尼

viññāṇa, thức 識

viññāṇadhātu, thức giới 識界

viññāṇakāya, thức thân 識身

viññāṇaṃ āhāro, thức thực 識食

viññāṇañcāyatana, vô lượng thức nhập xứ 無量識入處

viññāṇañcāyatanadhātu, vô lượng thức nhập xứ giới 無量識入處界

viññāṇañcāyatanaṃ paṭicca, duyên thức vô biên xứ 緣識無邊處

viññāṇaṭṭhitiya, thất thức trú 識住

viññā-sota, tâm thức 心識

vinodanā, trừ đoạn 除斷

vipassanā, quán 觀

Vipassī, Tỳ-bà-thi 毘婆尸

Vīrā, Tì-la tỳ-kheo-ni 毘羅比丘尼

virāga, ly tham, vô dục 無欲

viraja, ly dục tham 離欲貪, ly nhiễm 離染

vīriyabala, tinh tiến lực 精進力

Viriya-Bhāradvāja, Tì-lê-da-bà-la-đậu-bà-già bà-la-môn 毘梨耶婆羅豆婆遮婆羅門, Tinh tiến bà-la-đậu-bà-già bà-la-môn 精進婆羅豆婆遮婆羅門

viriyaṃ ārabhati, tinh tiến 精進

Virūpakkha, Tì-lâu-bặc-xoa thiên vương 毘樓匐叉-天王

Visākho Pañcālaputto, Tỳ-xá-khư Bát-xà-lê Tử 毘舍佉般闍梨子

visārada, vô sở uý 無所畏

visesabhāgiya, tăng pháp 增法

vitakka, giác 覺, tầm 尋

vitakkavicāra, giác quán 覺觀

vittha, tì-tất-đa 毘悉多

Vitthāra, Quảng thuyết 廣說

viveka, nhàn tĩnh xứ 閑靜處

vivekajaṃ pītisukhaṃ, ly sanh hỉ lạc 離生喜樂

viyatta, biện tài 才辯

vocchijjatārammana, phan duyên đoạn 攀緣斷

vuddhi, tăng ích 增益

vyādhidhamma, bệnh pháp 病法

Vyagghapajja, Hổ chủng 虎種

vyañjana, vị 味, vị thân 味身

vyāpādasaññā, nhuế tưởng 恚想

vyūha, do ha 由訶

Y

Yakkhā bhummā, Địa thần 地神

yakkha, dạ-xoa 夜叉

Yāma, Diệm-ma 炎魔

Yāmā-devā, Diệm-ma thiên 焰摩天

Yamaka, Diệm-ma-ca tỷ-kheo 焰摩迦比丘

Yamaka-sāla, Song thọ Kiên cố 堅固雙樹林

Yamunā, Da-bồ-na 耶菩那, Da-bồ-na 耶蒲那

yañña, tà thạnh hội 耶盛會

yaññābhinivesā, trai giới 齋戒

Yasa, Da-耶舍

yathābhūtaṃ, như thật 如實

yathābhūtañāṇadassanaṃ, như thật chánh tri kiến 如實正知見, như thật tri kiến 如實知見

yavakalāpī, khoáng mạch [麩-夫+黃]麥

yiṭṭha, hội 會, tế lễ 祭禮

Yodhajīva-gāmaṇī, Chiến đấu hoạt tụ lạc chủ 戰鬪活聚落主

yoga, ách 扼

yojana, do-tuần 由旬

yoni-pamukkha, thọ sinh 受生

yoniso manasikāra, như lý tác ý

GIÁO HỘI PHẬT GIÁO VIỆT NAM THỐNG NHẤT
HỘI ĐỒNG HOẰNG PHÁP*

CHỨNG MINH:
Trưởng lão HT Thích Thắng Hoan (Hoa Kỳ),
Trưởng lão HT Thích Huyền Tôn (Úc châu),
HT Thích Bảo Lạc (Úc châu),
HT Thích Tuệ Sỹ (Việt Nam)

CỐ VẤN CHỈ ĐẠO:
HT Thích Tuệ Sỹ (Việt Nam)

CHÁNH THƯ KÝ:
HT Thích Như Điển (Đức)

PHÓ THƯ KÝ:
HT Thích Nguyên Siêu (Hoa Kỳ),
HT Thích Bổn Đạt (Canada)

THÀNH VIÊN:
Âu châu: HT Thích Quảng Hiền (Thụy Sĩ), HT Thích Minh Giác (Hòa Lan), TT Thích Thông Trí (Hòa Lan), TT Thích Nguyên Lộc (Pháp)
Úc châu: HT Thích Minh Hiếu, TT Thích Tâm Minh
Hoa Kỳ: HT Thích Nhật Huệ, TT Thích Từ Lực

*Cập nhật ngày 08.05.2022.

BAN PHIÊN DỊCH & TRƯỚC TÁC:
Cố Vấn kiêm Trưởng Ban: HT Thích Tuệ Sỹ (Việt Nam)
Phó Ban: HT Thích Thiện Quang (Canada)
Phụ Tá: TT Thích Như Tú (Thụy Sĩ)
Thư Ký: ĐĐ Thích Hạnh Giới (Đức)
Ban Viên: ĐĐ Thích Thanh An (Tích Lan), NT Thích Nữ Giới Châu (Hoa Kỳ), NS Thích Nữ Quảng Trạm (Pháp), SC Thích Nữ Giác Anh (Úc), CS Hạnh Cơ (Canada)

BAN TRUYỀN BÁ GIÁO LÝ:
Cố vấn: Trưởng lão HT Thích Thắng Hoan (Hoa Kỳ)
Trưởng Ban: HT Thích Nguyên Siêu (Hoa Kỳ)
Phó Ban: HT Thích Bổn Đạt (Canada)
Phó Ban: HT Thích Trường Sanh (Úc châu)
Phó Ban: HT Thích Tâm Huệ (Âu châu)
Phó Ban: TT Thích Thiện Duyên (Hoa Kỳ)
Thư Ký: TT Thích Hạnh Tấn (Đức)
Ban Viên: HT Thích Nhựt Huệ (Hoa Kỳ), TT Thích Hoằng Khai (Na Uy), TT Thích Giác Tín (Úc Châu), TT Thích Thiện Duyên (Hoa Kỳ), TT Thích Thiện Long (Hoa Kỳ), TT Thích Thiện Trí (Hoa Kỳ), TT Thích Đạo Tỉnh (Hoa Kỳ), TT Thích Chúc Đại (Hoa Kỳ), SC Thích Thông Niệm (Canada), SC Thích Tịnh Nghiêm (Hoa Kỳ), v.v...

BAN BÁO CHÍ & XUẤT BẢN:

Trưởng Ban: TT Thích Nguyên Tạng (Úc)
Phó Ban: TT Thích Hạnh Tuệ,
   CS Tâm Quang Vĩnh Hảo (Hoa Kỳ)
Thư Ký: CS Tâm Thường Định Bạch Xuân Phẻ (Hoa Kỳ)
Ban Viên: CS Tâm Huy Huỳnh Kim Quang (Hoa Kỳ), CS Quảng Tường Lưu Tường Quang (Úc), CS Nguyên Đạo Văn Công Tuấn (Đức), CS Nguyên Trí Nguyễn Hòa/Phù Vân (Đức), CS Quảng Trà Nguyễn Thanh Huy (Hoa Kỳ), CS Quảng Anh Lê Ngọc Hân (Úc), CS Thanh Phi Nguyễn Ngọc Yến (Úc)

BAN BẢO TRỢ:

Cố Vấn: TT Thích Trường Phước (Canada)
Trưởng Ban: TT Thích Tâm Hòa (Canada)
Phó Ban Úc Châu: TT Thích Tâm Phương (Úc)
Phó Ban Âu Châu: TT Thích Quảng Đạo (Pháp),
   NT Thích Nữ Diệu Phước (Đức),
   NS Thích Nữ Huệ Châu (Đức)
Phó Ban Châu Mỹ: NS Thích Nữ Diệu Tánh (Hoa Kỳ),
   TT Thích Thường Tịnh (Hoa Kỳ)
Phụ Tá: ĐĐ Thích Thông Giới (Canada),
   SC Thích Nữ Thông Tịnh (Canada)
Thủ Quỹ: NS Thích Nữ Bảo Quang (Canada)
Thư Ký: NS Thích Nữ Đức Nghiêm (Canada)

HỘI ẤN HÀNH ĐẠI TẠNG KINH VIỆT NAM
VIETNAM TRIPITAKA FOUNDATION
(trực thuộc Hội Đồng Hoằng Pháp)

Hội trưởng: HT Thích Nguyên Siêu
Thư ký: TT Thích Hạnh Tuệ
Thủ quỹ: CS Tâm Quang Vĩnh Hảo

Ban Ấn hành:
Trưởng Ban: TT Thích Hạnh Viên
Phó Ban: CS Nguyên Đạo Văn Công Tuấn
    - Đặc trách Phát hành:
    NS Thích Nữ Quảng Trạm
    - Đặc trách Ấn loát:
    CS Tâm Thường Định Bạch Xuân Phẻ,
    CS Nhuận Pháp Trần Nguyễn Nhị Lâm
    - Đặc trách Kỹ thuật:
    CS Quảng Pháp Trần Minh Triết,
    CS Quảng Hạnh Tuệ Nguyễn Lê Trung Hiếu

◻ **Liên lạc thỉnh Đại Tạng Kinh:**

NS Thích Nữ Quảng Trạm
Tổ Đình Khánh Anh (Bagneux)
14 Avenue Henri Barbusse, 92220 Bagneux - France
Tel.: +33 609 09 01 19
Email: hdhp.inan@gmail.com

———

Ghi chú các chữ viết tắt: HT=Hòa thượng; TT=Thượng tọa; ĐĐ: Đại đức; NT=Ni trưởng; NS=Ni sư; SC=Sư cô; CS=Cư sĩ.

Liên lạc HỘI ĐỒNG HOẰNG PHÁP

Hòa thượng Thích Như Điển, Chánh Thư Ký, HĐHP
Chùa Viên Giác. Karlsruher Str. 6, 30519 Hannover, Germany
Website: www.hoangphap.org; Email: hdhp.ctk@gmail.com;
Tel: + 49 511 879 630

Thượng tọa Thích Nguyên Tạng,
Trưởng ban Báo Chí & Xuất Bản, HĐHP
Tu Viện Quảng Đức, 105 Lynch Road, Fawkner, Vic.3060 Australia
Website: www.hoangphap.org; Email: hdhp.bbc@gmail.com;
Tel: +61 481 169 631

Thượng tọa Thích Tâm Hòa, Trưởng ban Bảo Trợ, HĐHP
Trung Tâm Văn Hóa Phật Giáo Pháp Vân, Ontario, Canada
420 Traders Blvd E, Mississauga, ON L4Z 1W7, Canada
Website: www.phapvan.ca; Email: thichtamhoa@gmail.com
Tel: +1 905-712-8809

Liên lạc thỉnh ĐẠI TẠNG KINH

Ni Sư Thích Nữ Quảng Trạm - Tổ Đình Khánh Anh (Bagneux)
14 Avenue Henri Barbusse, 92220 Bagneux- France
Tel.: +33 609 09 01 19 - Email: hdhp.inan@gmail.com

www.ingramcontent.com/pod-product-compliance
Lightning Source LLC
Chambersburg PA
CBHW070320010526
44107CB00004B/368